മംഗളോദയം
ജ്ഞാനപ്പാന

പൂന്താനം നമ്പൂതിരി
1547ന് അടുത്ത് നെന്മേനി തിരുമാന്ധാംകുന്ന് ക്ഷേത്രത്തിനു സമീപമുള്ള ഇല്ലത്തു ജനനം. ഗുരു നീലകണ്ഠ പണ്ഡിതൻ. മേല്പുത്തൂർ നാരായണ ഭട്ടതിരി അനാദരിച്ചതായി ഐതിഹ്യം. കൃതികൾ: ഘനസംഘം, ശ്രീകൃഷ്ണകർണാമൃതം, സന്താനഗോപാലം, ആനന്ദനൃത്തം, നൂറ്റെട്ടുഹരി. തമിഴ് സ്തോത്രങ്ങളും രചിച്ചിട്ടുണ്ട്. 1677നടുത്ത് മരണം

കെ.ബി. ശ്രീദേവി: നോവലിസ്റ്റ്, കഥാകാരി.
1940 മെയ് 1ന് മലപ്പുറം ജില്ലയിൽ വെള്ളക്കാട്ടുമനയിൽ ജനനം.

കഥ, നോവൽ, പഠനം, ബാലസാഹിത്യം, നാടകം എന്നീ മേഖലകളിൽ നിരവധി സംഭാവനകൾ.

കുങ്കുമം അവാർഡ്, നാലപ്പാടൻ അവാർഡ്, വി.ടി. അവാർഡ് തുടങ്ങി നിരവധി പുരസ്കാരങ്ങൾ ലഭിച്ചു.

വിലാസം: C/o. കുറൂർമന, ശോഭ ഹെറിറ്റേജ്, അടാട്ട് തപാൽ, തൃശൂർ വഴി - 680 554

ജ്ഞാനപ്പാന

പൂന്താനം

വ്യാഖ്യാനം:

കെ.ബി. ശ്രീദേവി

MANGALODAYAM
an imprint of GREEN BOOKS

MANGALODAYAM
an imprint of GREEN BOOKS

mangalodayam
an imprint of green books private limited
gb building, civil lane road, ayyanthole,
thrissur- 680 003, kerala
ph: +91 487-2381066, 2381039
website: www.greenbooksindia.com
e-mail: info@greenbooksindia.com

malayalam
njanappana
by
poonthanam

re-told
by
k.b. sreedevi

first published april 2011
reprinted june 2019

cover design : vinaylal

branches:
thrissur 0487-2422515
palakkad 0491-2546162
thiruvananthapuram 0471-2335301
calicut 0495 4854662
kannur 0497-2763038

isbn : 978-93-80884-09-7

no part of this publication may be reproduced,
or transmitted in any form or by any means,
without prior written permission of the publisher

GMGPL/359/2011/X003

മുഖക്കുറി

ആരോഗ്യകരമായൊരു ജീവിതദർശനവും തത്ത്വചിന്തയും ഭക്തിബോധവും ഉള്ളടങ്ങുന്ന കൃതിയാണ് പൂന്താനത്തിന്റെ ജ്ഞാനപ്പാന. ഭക്തിയുടെ ഉത്ക്കർഷത്തെയും ഗഹനങ്ങളായ വേദാന്തതത്ത്വങ്ങളെയും സുലളിതമായ ഭാഷയിൽ ആവിഷ്ക്കരിച്ചിട്ടുള്ള ഈ കൃതി കേരളീയരുടെ നിത്യപാരായണ ഗ്രന്ഥമാണ്. ഈ സമൂഹത്തിൽ കണ്ടുവരുന്ന തിന്മകളെയും ദുരാചാരങ്ങളെയും സ്വാർത്ഥ പ്രവർത്തനങ്ങളെയും പൂന്താനം ഇതിൽ നിശിതമായി വിമർശിക്കുന്നു. ഐഹിക സുഖത്തിന്റെ നിരർത്ഥകതയെ ചൂണ്ടിക്കാട്ടുന്നതോടൊപ്പം ഈശ്വര സാക്ഷാത്ക്കാരത്തിന്റെ പാതയിലൂടെ സഞ്ചരിക്കുവാൻ അദ്ദേഹം ആളുകളെ ഉദ്ബോധിപ്പിക്കുന്നു. ഈശ്വര സാക്ഷാത്ക്കാരത്തിനുള്ള സുഗമവും സുന്ദരവുമായ മാർഗ്ഗം നാമസങ്കീർത്തനമാണെന്നും അതുവഴി ജ്ഞാനവൈരാഗ്യങ്ങൾ നേടാമെന്നും അദ്ദേഹം ദർശനം ചെയ്യുന്നു. ഈ ദർശനത്തിന്റെ ആവിഷ്ക്കാരമാണ് ജ്ഞാനപ്പാന.

നോവലിസ്റ്റും കഥാകാരിയുമായ കെ.ബി. ശ്രീദേവിയാണ് ഈ കൃതിക്കു വ്യാഖ്യാനം നല്കിയിട്ടുള്ളത്. പുതുമയാർന്നതും യുക്തിഭദ്രവും ഭക്തിസംവർദ്ധകവുമാണ് ശ്രീദേവിയുടെ വീക്ഷണം.

പൂന്താനത്തിന്റെ പ്രഥമകൃതിയായ 'കുമാരാഹരണം (സന്താനഗോപാലം കഥ) പാന' അനുബന്ധമായി ഇതോടൊപ്പം ചേർത്തിട്ടുണ്ട്. പൂന്താനത്തെയും പൂന്താനത്തിന്റെ ദർശനത്തെയും കുറിച്ചു പഠിക്കുന്നവർക്ക് ജ്ഞാനപ്പാനയെപ്പോലെത്തന്നെ ഈ കൃതിയുടെ പാരായണവും ഏറെ ഗുണം ചെയ്യും.

കൃഷ്ണദാസ്
മാനേജിങ് എഡിറ്റർ

വ്യാഖ്യാനം

ക്രിസ്തുവർഷം പതിനേഴാം നൂറ്റാണ്ടിൽ തെക്കേമലയാളത്തിൽ, വള്ളുവനാട്ട് താലൂക്കിൽ നെന്മേനി അംശത്തിൽ അങ്ങാടിപ്പുറത്ത് തിരുമാന്ധാംകുന്ന് ക്ഷേത്രത്തിൽനിന്ന് അധികം അകലത്തല്ലാതെ 'പൂന്താനം' എന്ന ബ്രാഹ്മണകുടുംബത്തിൽ, കുംഭമാസത്തിൽ അശ്വതിനാളിൽ ഒരു പുരുഷപ്രജ ജനിച്ചു. ആ കുട്ടിക്ക് അച്ഛൻ ചെവിയിൽ വിളിച്ച പേര് എന്താണ് എന്ന് ആരും വ്യക്തമായി പറഞ്ഞു കേട്ടിട്ടില്ല. 'ബ്രഹ്മദത്തൻ' എന്നാണ് എന്ന് ചിലർ പറയുന്നുണ്ട്. അതല്ലാ 'ദാമോദരൻ' എന്നാണ് എന്ന് മറ്റു ചിലരും പറയുന്നു. നമുക്ക് ഏതായാലും അദ്ദേഹത്തെ 'പൂന്താനം' എന്നുതന്നെ വിളിക്കാം. പൂന്താനത്തിന്റെ പൂർവ്വജന്മത്തിനെപ്പറ്റി ഒരു വർത്തമാനം വാമൊഴിയായി കേട്ടിട്ടുണ്ട്. കഴിഞ്ഞ ജന്മത്തിൽ പൂന്താനം, അന്ന് പ്രശസ്തമായിരുന്ന കൂടല്ലൂർമന ഗുരുകുലത്തിലെ അംഗമായിരുന്നുവത്രെ. അതിബുദ്ധിമാനും പണ്ഡിതനും സിദ്ധനും ആയിരുന്നു. ഏതോ ഒരു പണ്ഡിതസദസ്സിൽ പങ്കെടുത്തശേഷം നടന്നുവന്നപ്പോൾ തൃക്കണ്ടിയൂര് എത്തി. അപ്പോഴേക്കും സന്ധ്യകഴിഞ്ഞ് സമയം വളരെ ഇരുട്ടിയിരുന്നു. തൃക്കണ്ടിയൂർ ശിവക്ഷേത്രത്തിൽ പോയി കുളിച്ച് സന്ധ്യാവന്ദനം കഴിച്ച് രാത്രി അവിടെ കിടക്കാം എന്ന് കരുതി അമ്പലത്തിലെത്തി. കുളിച്ചെത്തിയപ്പോഴേക്ക് അമ്പലം, പൂജകഴിഞ്ഞ് അടച്ചിരുന്നു. പുറത്തിരുന്ന് ജപിച്ചുകൊണ്ടിരിക്കുമ്പോൾ ഒരാൾ കോലുവിളക്കുമായി വന്ന് ക്ഷണിച്ചു.

"നമ്പൂരി വരൂ. ഊണുകഴിക്കാം."

കൂടല്ലൂർ നമ്പൂതിരി അകത്തേക്കു കടന്ന് ആതിഥേയനെ നോക്കി ഒന്നു മന്ദഹസിച്ചു. പിന്നെ ഉണ്ണാനിരുന്നു. നാക്കിലയിൽ ചോറു വിളമ്പി ആതിഥേയൻ 'കുടുക്കൂർ' വീഴ്ത്താൻ വെള്ളക്കിണ്ടിയുമായി വന്നപ്പോൾ നമ്പൂതിരി ചോദിച്ചു– "ഓത്തില്ല്യ ഉവ്വോ?"

"ഇല്ല്യ." ആതിഥേയൻ സത്യം പറഞ്ഞു.

"കിണ്ടി ഇവിടെ വെച്ചാൽ മതി. ഞാനെടുത്തോളാം."

നമ്പൂതിരി വിനയം വിടാതെത്തന്നെയാണ് പറഞ്ഞത്. അപ്പോൾ, തൃക്കണ്ടിയൂരപ്പന്റെ ശ്രീലകത്തുനിന്നോ, അതോ സ്വന്തം ഹൃദയാന്ത രാളത്തിൽനിന്നാണോ നമ്പൂതിരി മുഴങ്ങുന്ന ഒരു ചോദ്യം കേട്ടു-

"ഓ, അപ്പോൾ, അത്രേ ആയിട്ടുള്ളു അല്ലേ? ഈ ജന്മംകൊണ്ട് കഴിക്കാം എന്നു വിചാരിച്ചു. അത് പറ്റില്ല. ഒരു ജന്മംകൂടി അനുഭവി ക്കേണ്ടീരും."

നമ്പൂതിരിക്ക് കാര്യം മനസ്സിലായി. താൻ അഭ്യസിച്ചെടുത്ത വിദ്യയും സാധനകളും ഒന്നും മനസ്സിലെ ഭേദബുദ്ധി പോകുവാൻ ഉപ കരിച്ചിട്ടില്ല. അത് പോവാതെ മോചനവുമില്ല. ശരി. അദ്ദേഹം അതിനെ പ്പറ്റിത്തന്നെ ആലോചിച്ചു. ഉള്ളിൽ കുണ്ഠിതമൊന്നും തോന്നിയില്ല. സത്യം അറിഞ്ഞുവല്ലോ. മനസ്സിനെ കൂടുതൽ ഏകാഗ്രമാക്കി നിർത്തി തപസ്സനുഷ്ഠിച്ചു. അദ്ദേഹം മരിച്ചിട്ട് വീണ്ടും ജനിച്ചത് പൂന്താനത്ത് ഇല്ലത്താണത്രെ - നമ്മുടെ ഭക്തകവി ആയിട്ട്. പിൽക്കാലത്ത് പൂന്താന ത്തിന്റെ ഭക്തിനിർഭരമായ ഭാഗവതം വായനയെ ജനങ്ങൾ അനുഭവി ക്കുകയും പ്രശംസിക്കുകയും ചെയ്തുകൊണ്ടിരുന്നപ്പോൾ അദ്ദേ ഹത്തെ കൂടല്ലൂർ നമ്പൂതിരി കൂടല്ലൂർക്ക് ക്ഷണിച്ചുവത്രെ. പൂന്താനം സന്തോഷത്തോടെ അവിടെ ഒരു പ്രത്യേക സ്ഥലത്തിരുന്നിട്ടാണ് ഭാഗ വതം വായിച്ചത്. ആ സ്ഥലങ്ങളൊക്കെ വളരെ പരിചിതമെന്നമട്ടിൽ പെരുമാറുകയും ചെയ്തു. "ഞാനിവിടെ ഇരുന്നിട്ടാണ് പഠിച്ചിരുന്നത്, മേലടുക്കളയിലായിരുന്നു ഊണുകഴിച്ചത്" എന്നൊക്കെ അവിടെയുള്ള വരോട് പറയുകയും ചെയ്തുവത്രെ.

കൂടല്ലൂരിലെ അന്നത്തെ പൂന്താനത്തിന്റെ ഭാഗവതം വായന വളരെ ഗംഭീരമായി. സ്വതവെ ഭാഗവതത്തിനോട് വലിയ ആഭിമുഖ്യമില്ലാ തിരുന്ന പണ്ഡിതരായ കൂടല്ലൂർ നമ്പൂതിരിമാരെ ഭക്തിരസാമൃതം അനു ഭവിപ്പിച്ചു പൂന്താനം - തന്റെ നിർമ്മലമായ ഭക്തികൊണ്ടും ഭാഗവതം വായനകൊണ്ടും.

അപ്പോഴും അദ്ദേഹത്തിന്റെ യഥാർത്ഥ പേര് ആരും ചോദിച്ച തായോ പറഞ്ഞതായോ അറിഞ്ഞിട്ടില്ല.

എവിടേയും രേഖപ്പെടുത്തിക്കാണുന്നുമില്ല.

ചെറിയ കുട്ടിയായിരിക്കുമ്പോൾത്തന്നെ ഇല്ലത്തുള്ളവർ ഭഗവദ്കഥ കൾ പറഞ്ഞ് ധരിപ്പിക്കുകയും ശ്രദ്ധയോടെ നാമം ജപിക്കുവാൻ പ്രേരി പ്പിക്കുകയും ചെയ്തിരുന്നതിനാൽ പൂന്താനത്തിന്റെ മനസ്സിൽ ആസ്തിക്യ

ബോധം വേരുപിടിക്കുവാൻ എളുപ്പമായിട്ടുണ്ടാവും. ഭരദേവതയായ തിരുമാന്ധാംകുന്നിൽ ഭഗവതിയെ ഭക്തിയോടെ ഉപാസിക്കുവാനും പ്രേരകമായിട്ടുണ്ടാവും.

പൂന്താനം യഥാകാലം വിദ്യാഭ്യാസം നടത്തിയിട്ടുണ്ട്. അദ്ദേഹത്തിന്റെ ഗുരുനാഥൻ 'നീലകണ്ഠൻ' എന്നു പേരുള്ള ഒരു നമ്പൂതിരിയാണ് എന്ന് 'ഭാഷാ ശ്രീകൃഷ്ണ കർണ്ണാമൃതം' എന്ന കൃതിയിൽ കാണുന്നുണ്ട്.

പൂന്താനത്തിന്റെ ജീവിതകഥയിൽ പ്രസിദ്ധമായി പറഞ്ഞുകേൾക്കുന്നത് അദ്ദേഹത്തിന്റെ ആറുമാസം മാത്രം പ്രായമായ മകന്റെ അകാല വിയോഗത്തെപ്പറ്റിയുള്ളതാണ്. യൗവ്വനാരംഭത്തിൽ വേളികഴിഞ്ഞ് കുറേക്കാലം കുട്ടികളുണ്ടാവാതെ കഴിഞ്ഞു. ആ കാലത്താവും അദ്ദേഹം 'കുമാരാഹരണം' (സന്താനഗോപാലം കഥ) എന്ന കാവ്യം രചിച്ചത്.* ഭാഗവതത്തിലെ 'സന്താനഗോപാലം' കഥ സ്വന്തം ശൈലിയിൽ, ഭാഷയിൽ അവതരിപ്പിച്ച ഒരു കൃതിയാണ് കുമാരാഹരണം പാന. സന്താനഗോപാലം കഥ വായിക്കലും ചൊല്ലലും പുത്രലാഭത്തിന് നല്ലതാണ് എന്ന വിശ്വാസം അന്നുണ്ടായിരുന്നു-ഇന്നും. തിരുമാന്ധാംകുന്നിൽ നിന്ന് മൂക്കുതലവഴിവന്ന് മൂക്കുതല ഭഗവതിയെ തൊഴുത് പൂന്താനം ഗുരുവായൂരെത്തുകയും അവിടെ കുറേദിവസം കുളിച്ചുതൊഴുത് നാമം ജപിച്ച് നിന്നതിനുശേഷം തിരിച്ച് ഇല്ലത്തെത്തുകയുമായിരുന്നു പതിവ്. തന്റെ ആദ്യകൃതിയായ 'കുമാരാഹരണം' പണ്ഡിതരാരെങ്കിലും പരിശോധിച്ച് തെറ്റുതിരുത്തിയാൽ നന്ന് എന്നു കരുതി ഒരു തവണ ആ ഗ്രന്ഥവും കൈയിൽ കരുതിയിരുന്നു. അതിഗംഭീരങ്ങളായ ആയിരത്തിലധികം ശ്ലോകങ്ങളുണ്ടാക്കി ഭക്തിയോടെ ഗുരുവായൂരപ്പന് അർച്ചന ചെയ്ത്, തന്നെ ബാധിച്ച വാതരോഗപീഡയിൽനിന്ന് മുക്തി നേടിയ സാക്ഷാൽ മേല്പത്തൂർ നാരായണ ഭട്ടതിരി അപ്പോൾ ഗുരുവായൂരിൽ ഭജിച്ച് താമസിക്കുന്നുണ്ടായിരുന്നു. സൗകര്യമുള്ള സമയം നോക്കി പൂന്താനം തന്റെ കൃതിയുമായി മേല്പത്തൂരിന്റെ അടുത്തു ചെന്ന് വിനീതനായി പറഞ്ഞു-

"ഇതൊന്ന് പരിശോധിച്ച് തെറ്റുതിരുത്തിത്തന്നാൽ തരക്കേടില്ല. ഒരു ഭാഷാകാവ്യമാണ്. ഞാനുണ്ടാക്കിയതാണ്."

മേല്പത്തൂർ ഭട്ടതിരി ഏതോ ഗാഢചിന്തയിലായിരുന്നതിനാൽ ഈ അപേക്ഷ അദ്ദേഹത്തിന്റെ ഉള്ളിൽ കടന്നില്ല. ഗ്രന്ഥം നോക്കിയതുമില്ല.

* അനുബന്ധം കാണുക

കുറച്ചുകഴിഞ്ഞ് നോക്കിയപ്പോഴേയ്ക്ക് പൂന്താനം, മറുപടി കിട്ടാത്തതിനാൽ തന്റെ ഗ്രന്ഥവുമെടുത്ത് പോയിക്കഴിയുകയും ചെയ്തിരുന്നു. അന്നു രാത്രിയിൽ, മേല്പത്തൂരിന്റെ വിട്ടുപോയിരുന്ന വാതരോഗം വീണ്ടും വന്നു. എഴുന്നേറ്റ് ഇരിക്കുവാനോ നടക്കുവാനോ കഴിയുന്നില്ല. ശരീരമാകെ വേദന. അദ്ദേഹം ഉള്ളുരുകി ഉറക്കെ ഭഗവാനെ വിളിച്ചു. അപ്പോൾ കാര്യം മനസ്സിലായി. ഇത് ഭഗവാന്റെ പരീക്ഷണംതന്നെ. സജ്ജനനിന്ദയുടെ പാപഫലം. ഭട്ടതിരി അപ്പോൾത്തന്നെ അടുത്തു കിടന്നിരുന്ന ചെറുപ്പക്കാരനെ വിളിച്ചുണർത്തി പറഞ്ഞയച്ച് പൂന്താനത്തിനെ വരുത്തി. കാര്യമറിയാതെ പരുങ്ങിനില്ക്കുന്ന പൂന്താനത്തിന്റെ കാല്ക്കൽ മേല്പത്തൂർ ഭട്ടതിരി പശ്ചാത്താപവിവശനായി നമസ്കരിച്ച് ക്ഷമ ചോദിച്ചു.

അതിനുശേഷം പൂന്താനത്തിന് ആറ്റുനോറ്റ് ഒരു ഉണ്ണിയുണ്ടായി. ആ ഉണ്ണിയെ കണ്ടുകൊണ്ട് പൂന്താനവും ഇല്ലത്തുള്ളവരും ഏറെ സന്തോഷിച്ചു. ആറാംമാസത്തിൽത്തന്നെ ചോറൂണ് (അന്നപ്രാശം) കഴിക്കുവാൻ ഒരുക്കം കൂട്ടി. കേമമായിട്ടുതന്നെ. ദേശം അടക്കി ക്ഷണം. സദ്യ ഗംഭീരം. രാത്രിയിലായിരുന്നു ചോറൂണിന്റെ മുഹൂർത്തം. ഉണ്ണിയെ ബന്ധുക്കൾ ഓരോരുത്തരായി എടുത്ത് ലാളിച്ചു. ഒടുവിൽ ബന്ധുവായ ഒരു അന്തർജ്ജനത്തിന്റെ ചുമലിൽ കിടന്ന് ഉണ്ണി ഉറങ്ങി. ആ സ്ത്രീ ഉണ്ണിയെ വടക്കേഅറയിൽ അരികിലൊരിടത്ത് കിടത്തിയിട്ട് ഒരു മുണ്ടുകൊണ്ട് പുതപ്പിക്കുകയും ചെയ്തു. അവിടെ നേരിയ വെളിച്ചമേ ഉണ്ടായിരുന്നുള്ളൂ. ചോറൂണിന്റെ ക്രിയയുടെ സമയമായപ്പോൾ പൂന്താനം ഉണ്ണിയെ അന്വേഷിച്ചു-

"എവിടെ? ഉണ്ണിയെവിടെ? കൊണ്ടുവരൂ. മുഹൂർത്തമായി." ഉണ്ണി ആരുടെ കൈയിലുമില്ല. ഉണ്ണിയെ ഉറക്കിക്കിടത്തിയ സ്ത്രീ പറഞ്ഞു- "ഞാൻ അറയിൽ ആ അരുകിലാണ് കിടത്തിയിരുന്നത്. നല്ലവണ്ണം ഉറങ്ങിയിട്ടുമുണ്ടായിരുന്നു അപ്പോൾ. പിന്നെ, ഉണർന്നതു ഞാനറിഞ്ഞില്ല."

എല്ലാവരും മാറിമാറി വന്നു നോക്കിയിട്ടും ഉണ്ണിയെ ആരും കണ്ടില്ല. അന്വേഷണം പലവഴിക്കും തിരിച്ചു. എന്നിട്ടും ഉറക്കിക്കിടത്തിയ ഉണ്ണിയെപ്പറ്റി ഒരു വിവരവും കിട്ടിയില്ല. അന്ന് സന്ധ്യകഴിഞ്ഞപ്പോൾ നല്ല മഴ പെയ്തിരുന്നു. അന്തർജ്ജനങ്ങൾ വൈകുന്നേരം കുളിച്ച്, മുറ്റത്ത് ഉണക്കാനിട്ടിരുന്ന മുണ്ടുകൾ അവിടെ പുറമെ വന്ന ഏതോ ഒരു സ്ത്രീ വാരിക്കെട്ടി അറയിൽ കൊണ്ടുവന്ന് ഇട്ടിരുന്നു. അതിഥികൾ

പോവാറായപ്പോൾ ഓരോരുത്തരായി അവനവന്റെ വസ്ത്രങ്ങൾ അതിൽനിന്ന് എടുത്തു. അപ്പോൾ, ഏറ്റവും അടിയിൽ ഉണ്ണി കിടക്കുന്നു. ഉണ്ണി ശ്വാസംമുട്ടി മരിച്ചുകഴിഞ്ഞിരുന്നു. അന്തരീക്ഷം സ്തബ്ധമായി. പൂന്താനത്തിന്റെ അവസ്ഥയൊന്നും പറയാനുമില്ല.

അതിനുശേഷമാണ് പൂന്താനം വേദാന്തിയായിത്തീർന്നത് എന്നൊരു അഭിപ്രായമുണ്ട്. എന്നാൽ, പൂന്താനം ജന്മനാതന്നെ വേദാന്തിയായിരുന്നു എന്നാണ് അദ്ദേഹത്തിന്റെ കൃതികൾ സൂചിപ്പിക്കുന്നത്. ഈ ആഘാതം ലൗകികതയുടെ (സംസാരത്തിന്റെ) സാര നിസ്സാരതകളെ കൂടുതൽ തെളിയിച്ചു എന്നുവരാം. പുത്രവിയോഗത്തിനുശേഷം പൂന്താനം അധികം ഗുരുവായൂരും തിരുമാന്ധാംകുന്നിലും ആയിട്ട് കഴിയുവാൻ തുടങ്ങി. ശ്രീമദ് ഭാഗവതം പല ആവർത്തി ഉരുക്കഴിച്ചു. ഗുരുവായൂരിൽ അക്കാലത്ത് പല പണ്ഡിതന്മാരും ഭക്തന്മാരും വരുമായിരുന്നു. അവർ പറയുന്ന പ്രഭാഷണങ്ങൾ ഭക്തിശ്രദ്ധയോടെ ഉൾക്കൊണ്ടു. അങ്ങനെ, പൂന്താനവും ഭാഗവതം വായിച്ച് അർത്ഥം പറയുവാൻ തുടങ്ങി. ആദ്യമാദ്യം അത് ആരും അത്ര ശ്രദ്ധിച്ചിരുന്നില്ല. വിഭക്തി ഉറയ്ക്കാത്ത ഒരാളുടെ വായനയല്ലേ എന്ന് ചിലർ താഴ്ത്തി പറയുകകൂടിയുണ്ടായി. എന്നാൽ, എല്ലാത്തരം വിഭക്തികളും ഉറച്ച, ഉറപ്പിക്കുന്ന ഒരാളുണ്ടായിരുന്നു, എന്നും എപ്പോഴും പൂന്താനത്തിന്റെ കൂടെ. അദ്ദേഹം പൂന്താനത്തിന്റെ വായന മറ്റേതൊരു പണ്ഡിതന്റേതി നേക്കാളും ശ്രദ്ധേയമാക്കി. അത് പാണ്ഡിത്യപ്രകടനമായിരുന്നില്ല. അഹങ്കാരരഹിതമായ ഭക്തിഭാവംകൊണ്ട് ഭഗവാനോടുള്ള താദാത്മ്യം പ്രാപിയ്ക്കലായിരുന്നു. അതുകൊണ്ടുതന്നെ അത് ഏറ്റവും ഹൃദ്യവും മാധുര്യമുള്ളതും ആയി. ക്രമേണ പൂന്താനത്തിന്റെ ജീവിതരീതിതന്നെ മാറിവന്നു. നാവിൽ സദാ നാമജപം. വചനങ്ങൾ ഭഗവത്കഥകൾ. ഹൃദയത്തിൽ ഭഗവത്സ്വരൂപം. ചിന്തകൾ ഭഗവത്പരം. അങ്ങനെ ഒരു അവസ്ഥയിലേയ്ക്കെത്തി പൂന്താനം. ഭാഗ്യവാനായ പൂന്താനം.

ഗുരുവായൂരിലെ ചുറ്റമ്പലത്തിലിരുന്ന് ഒരു ഏകാദശി ദിവസം പൂന്താനം ഭക്തിയോടെ വിഷ്ണുസഹസ്രനാമം ജപിക്കുകയായിരുന്നു. പലരും അടുത്തുവന്ന് അതുകേട്ട് ഭക്തിയോടെ തൊഴുത് നില്ക്കുന്നുണ്ട്. പൂന്താനം ചൊല്ലി-

"പത്മനാഭോ മരപ്രഭുഃ" ആ വഴി കടന്നുപോയ ഒരു മഹാപണ്ഡി തൻ അത് കേട്ടു. പരിഹാസമായിട്ട് പറഞ്ഞു-

"പത്മനാഭൻ മരപ്രഭുവല്ല. അമരപ്രഭുവാണ്."

പൂന്താനം ഒന്നും പറഞ്ഞില്ല. ഭഗവാനെത്തന്നെ വിചാരിച്ച് ഇരുന്നു. അപ്പോൾ ആ പണ്ഡിതന്റെ ഉള്ളിൽനിന്ന് ഒരു താക്കീത് അദ്ദേഹം കേട്ടു- "ആരു പറഞ്ഞു ഞാൻ മരപ്രഭുവല്ല എന്ന്? ഞാൻ മരപ്രഭുവും അമരപ്രഭുവും ആണ്."

ഇത്തരം അവിവേകങ്ങളെയാവും പൂന്താനം 'ബ്രാഹ്മണ്യംകൊണ്ട് കുന്തിച്ചു കുന്തിച്ച്' എന്ന് പിന്നീട് 'ജ്ഞാനപ്പാന'യിൽ പറഞ്ഞത്.

കൊട്ടിയൂർ മഹാദേവക്ഷേത്രത്തിൽ ഉത്സവത്തിനു പോവൽ പൂന്താനത്തിന്റെ ഒരു പതിവായിരുന്നു. ഇടവമാസത്തിൽ ചോതി നാൾമുതൽ ഇരുപത്തെട്ടുദിവസത്തെ ഉത്സവം. അന്നന്നത്തെ പൂജ കളിലൊക്കെ പങ്കെടുത്ത് മഹാദേവനെ വന്ദിച്ചുകൊണ്ട് അവിടെ കൂടും. എവിടെയായാലും പൂന്താനം മഹാഭാഗവതം വായന മുടക്കാറില്ല. രാവിലെ നേരത്തെ കുളിയും സന്ധ്യാവന്ദനവും കഴിഞ്ഞാൽ ഭഗവാന്റെ ശ്രീകോവിലിനു മുമ്പിൽ ഇരുന്നുകൊണ്ടുതന്നെയായിരുന്നു ഭാഗവതം വായന. ഒരു ദിവസം അങ്ങനെ വായിച്ചുനിർത്തിയത് അറുപതാമത്തെ അധ്യായം ആയ 'കർഹിചിദ്' അധ്യായമാണ്.

"കർഹിചിദ് സുഖമാസീനം സ്വതല്പസ്ഥം ജഗദ്ഗുരും
പതിം ചര്യചരദ് ഭൈഷ്മീ വ്യജനേന സഖീജനൈഃ"

സാരം= ഒരിക്കൽ സുഖമാകുംവണ്ണം ഇരിക്കുന്നവനും തന്റെ ശയ്യ യിൽ വസിക്കുന്നവനും സകലലോകപൂജ്യനും ആയ ഭർത്താവിനെ രുക്മിണി സഖികളോടുകൂടി വീശിക്കൊണ്ട് പരിചരിച്ചു.

ആ അധ്യായം മുഴുവൻ വായിച്ചുകഴിഞ്ഞ് ഒരു അടയാളവുംവച്ച് പുസ്തകം മടക്കിവച്ച് പൂന്താനം എഴുന്നേറ്റു. പിറ്റേദിവസം രാവിലെ ഭാഗവതം വായിക്കുവാൻ ഗ്രന്ഥം തുറന്നപ്പോൾ താൻ വായിച്ചുനിർത്തി യിരുന്ന സ്ഥലത്ത് വച്ച അടയാളം തലേദിവസം വായിക്കുവാൻ തുടങ്ങി യേടത്തേക്ക് മാറ്റിവച്ചതായി കണ്ടു. തന്നെ കളിയാക്കുവാൻ ആരെ ങ്കിലും പറ്റിച്ചതാവുമോ എന്ന് അദ്ദേഹം സംശയിച്ചു. പക്ഷേ, ഗ്രന്ഥം താൻ തന്റെ ചെറിയ ഭാണ്ഡത്തിൽതന്നെയാണ് വച്ചത്. അത് മറ്റാരും എടുക്കുവാനും വഴിയില്ല. എന്തോ ആവട്ടെ. കൂടുതൽ അതിനെപ്പറ്റി ആലോചിക്കാതെ അദ്ദേഹം തുടർച്ചയായത് വായിച്ചപ്പോൾ എങ്ങുനിന്നോ ഒരു മുഴക്കം പൂന്താനം കേട്ടു- "കർഹിചിദ് അധ്യായംതന്നെ വായിക്കൂ. ഭഗവാന്റെ പ്രണയകലഹം പൂന്താനം വായിക്കുന്നതു കേട്ടിട്ട് മതിയാ യില്ല. ഭാഗവതം മുഴുവൻ ഇവിടെ ഇരുന്ന് വായിക്കൂ.'' അതനുസരിച്ച്

പൂന്താനം ബാക്കിഭാഗവും അവിടെ ഇരുന്ന് വായിച്ച് ശ്രോതാക്കളെ യഥാർത്ഥ ഭക്തിലഹരി ആസ്വദിപ്പിച്ചു.

കൊട്ടിയൂരിൽനിന്ന് തിരിച്ചുപോരേണ്ട ദിവസം രാവിലെ ഭഗവാന്റെ ശ്രീലകത്തിനു മുമ്പിലിരുന്ന് ഭാഗവതം വായിച്ച് തന്റെ ചെറിയ ഭാണ്ഡത്തിൽ ഗ്രന്ഥം ഭദ്രമായി വച്ചു. അമ്പലത്തിൽനിന്ന് പുറത്തുകടന്ന് ഒന്നുകൂടി ഭാണ്ഡം തുറന്നു നോക്കിയപ്പോൾ അതിൽ ഭാഗവതം ഗ്രന്ഥം കാണാനില്ല. വായനകഴിഞ്ഞ് താൻ ഇതിൽത്തന്നെ വച്ചതാണല്ലോ. ഭാഗവതമില്ലാതെ തിരിച്ചുപോവാൻ വയ്യ. സംശയം തീർക്കുവാൻ ഒന്നുകൂടി അമ്പലത്തിലേയ്ക്കുതന്നെ പോയി, എവിടേയെങ്കിലും മാറ്റിവച്ചിട്ടുണ്ടാവുമോ? അമ്പലത്തിൽചെന്ന് നോക്കിയപ്പോൾ മണ്ഡപത്തിൽ താൻ ഇരുന്ന സ്ഥലത്ത് അതിതേജസ്വിയായ ഒരാൾ ഇരുന്ന് ഭാഗവതം വായിക്കുകയാണ്. ഗംഭീരമായ ഭാവവും ശ്രദ്ധയും. ചുറ്റുപാടും അറിയാത്ത ശ്രദ്ധ. കേൾക്കുവാൻ നല്ല സുഖം തോന്നി. വായിക്കുന്നത് അറുപതാം അധ്യായംതന്നെ. പക്ഷേ, അദ്ദേഹം വായിക്കുന്നത് തന്റെ ഗ്രന്ഥം നോക്കിയിട്ടാണല്ലോ. വായന കഴിയുവോളം പിന്നിൽ കാത്തുനിന്നു. കഴിഞ്ഞപ്പോൾ വിനീതനായി പറഞ്ഞു- “ഞാൻ പതിവായി വായിക്കുന്ന ഗ്രന്ഥമാണ് അത്. തിരിച്ചുതന്നാൽ സന്തോഷമുണ്ട്. എനിക്ക് നാട്ടിലേക്കു പോവാറായി.”

“നടന്നോളൂ. തൃശൂര് വടക്കുന്നാഥന്റെ മണ്ഡപത്തിന്റെ ഉത്തരത്തിൽ ഈ ഗ്രന്ഥമുണ്ടാവും.”

പൂന്താനം ചോദ്യവിസ്താരങ്ങൾക്കൊന്നും ഒരുങ്ങിയില്ല. അങ്ങ് ആരാണെന്നോ, എങ്ങനെ ഈ ഗ്രന്ഥം ഇത്രവേഗം അവിടെ എത്തുമെന്നോ ചോദിച്ചില്ല. ഭഗവാന്റെ വിഭൂതികളെ അളക്കാൻ സാധിക്കുമോ? നാമം ജപിച്ചുകൊണ്ട് ചെറിയ ഭാണ്ഡവുമെടുത്ത് നാട്ടിലേയ്ക്കു നടന്നു. തൃശൂരെത്തി ചിറയിൽ കുളിച്ച് വടക്കുന്നാഥനെ തൊഴുത് മണ്ഡപത്തിലെ ഉത്തരക്കൂട്ടിൽ തപ്പിയപ്പോൾ അവിടെ തന്റെ ഗ്രന്ഥം ഇരിക്കുന്നു! മഹാദേവാ, ശംഭോ!” എന്നു ജപിച്ചുകൊണ്ട് അദ്ദേഹം അവിടെ നമസ്കരിച്ചു.

സന്താനഗോപാലം പാന എഴുതുമ്പോഴും പൂന്താനത്തിന് ഇങ്ങനെ ചില അലൗകികാനുഭവങ്ങളുണ്ടായി. ബ്രാഹ്മണപത്നിക്ക് നഷ്ടപ്പെട്ട മക്കളെ അന്വേഷിച്ചുകൊണ്ട് കൃഷ്ണനും അർജ്ജുനനും വൈകുണ്ഠത്തിലെത്തുന്നതാണ് രംഗം. വൈകുണ്ഠം പൂന്താനം കണ്ടിട്ടില്ല. കാണാത്ത വൈകുണ്ഠത്തിനെ അവതരിപ്പിക്കുന്നതെങ്ങനെയാണ്?

എത്ര ആലോചിച്ചിട്ടും ശരിയാവുന്നില്ല. ഉത്ക്കണ്ഠയും വിഷാദവും ആയിട്ട് രാത്രി കിടന്നു, പ്രാർത്ഥിച്ചു. ഒന്ന് ഉറങ്ങിയതേയുള്ളൂ. സ്വപ്നം കണ്ടു. സാക്ഷാൽ ശ്രീകൃഷ്ണഭഗവാന്റേയും അർജ്ജുനന്റേയുംകൂടെ വൈകുണ്ഠലോകത്തിലൂടെ നടക്കുകയാണ് പൂന്താനവും. എന്തെല്ലാം അത്ഭുതങ്ങൾ! ആ കാഴ്ചകളെയാണ് സ്വന്തം കൃതിയിൽ വിവരിച്ചത്.

ദിവ്യദർശനങ്ങളും ദിവ്യാനുഭവങ്ങളും പൂന്താനത്തിന് പിന്നേയും ഉണ്ടായിക്കൊണ്ടിരുന്നു. അതിൽ, ലൗകികമേത്, ദിവ്യമേത് എന്നുതന്നെ വേർതിരിച്ചറിയാത്ത ഒരവസ്ഥയിലേക്ക് എത്തിയിരുന്നു പൂന്താനത്തിന്റെ മാനസികനില.

അന്നൊരിക്കൽ ഗുരുവായൂരപ്പന്റെ അത്താഴപ്പൂജ കഴിഞ്ഞ് നടയടച്ചിട്ടും പൂന്താനം അവിടെത്തന്നെ നാമം ജപിച്ചുകൊണ്ട് നില്ക്കുകയായിരുന്നു. അപ്പോൾ യൗവ്വനം വിട്ടിട്ടില്ലാത്ത ഒരു സ്ത്രീ ഓടിക്കിതച്ച് ബദ്ധപ്പെട്ട് വരുന്നത് കണ്ടു. അടുത്തെത്തിയപ്പോൾ തോന്നി, കണ്ട പരിചയമുണ്ട്. ആരാണാവോ ഈ സമയത്ത്. അടഞ്ഞ അമ്പലനടയിലേക്കു നോക്കിക്കൊണ്ട് അവർ ദുഃഖഭാവത്തിൽ നില്ക്കുകയാണ്. പൂന്താനം അടുത്തേയ്ക്ക് നീങ്ങിയിട്ട് ആ സ്ത്രീയോടു ചോദിച്ചു- "എന്താ വേണ്ടത്? എന്താ വിഷമിച്ചു നില്ക്കുന്നത്?" അവർ കിതപ്പും ഗദ്ഗദവും അടക്കാൻ പറ്റാതെ പറഞ്ഞു- "അടിയൻ ഒരു വാരസ്യാരാണ്. മഞ്ജുളാന്നാണ് പേര്. എന്നും ഗുരുവായൂരപ്പന് ഒരു മാലകെട്ടി സമർപ്പിക്കാറുണ്ട്. ഇന്ന് വാര്യേത്തെ പണീം തെരക്കും കാരണം ഇങ്ങടെത്താൻ വൈകി. ഓടിക്കിതച്ച് വന്നപ്പോഴേയ്ക്കും ദാ, അത്താഴപ്പൂജ കഴിഞ്ഞ് നട അടച്ചു...." "അതെ. നട അടച്ചൂലോ. ഇന്ന് ഇനി മാല ചാർത്താൻ പറ്റില്ല."

അതു കേട്ടപ്പോഴേയ്ക്ക് മഞ്ജുള കരഞ്ഞുതുടങ്ങി. കരഞ്ഞുകൊണ്ടു തന്നെ പറഞ്ഞു- "കുട്ടിക്കാലം മുതൽക്ക് സമർപ്പിക്കാറുള്ളതാണ് എന്നും ഭഗവാന് ഒരു തുളസിമാല. അത് മുടങ്ങുക എന്ന് ആലോചിക്കാൻ വയ്യ. തിരുമേനി ഒരു വഴി കണ്ടുപിടിച്ചുതരണം. അടിയന്റെ ഈ സങ്കടം തീർത്തുതരണം." പൂന്താനം ഒന്നുരണ്ടുനിമിഷം ആലോചിച്ച് നിന്നു. പിന്നെ പറഞ്ഞു- "അതാ, ആ കാണുന്ന ആൽത്തറയ്ക്കൽ ഗുരുവായൂരപ്പനെ ധ്യാനിച്ച് മാല സമർപ്പിച്ചോളൂ. ഭഗവാൻ സ്വീകരിച്ചോളും. മഞ്ജുളേടെ ഭജനം മുടങ്ങില്ല." മഞ്ജുള അനുസരിച്ചു. മാല ആൽത്തറയ്ക്കൽ സമർപ്പിച്ച് സമാധാനമായി തിരിച്ചുപോയി.

പിറ്റേദിവസം രാവിലെ പതിവുപോലെ മേൽശാന്തി നടതുറന്നു നോക്കിയപ്പോൾ ഭഗവാന്റെ ബിംബത്തിന്മേൽ പുതിയ ഒരു തുളസി

മാല! ഒട്ടും വാടിയിട്ടും ഇല്ല. ഇതെങ്ങനെ വന്നു? എന്നാലോ, നിർമ്മാല്യം വാരിയപ്പോൾ ബിംബത്തിൽനിന്ന് മാല വിട്ടുപോരുന്നതും ഇല്ല. ശാന്തിക്കാരൻ കുഴങ്ങി. അത് കണ്ടുകൊണ്ട് മണ്ഡപത്തിൽ ഇരുന്ന് ജപിച്ചിരുന്ന പൂന്താനം പറഞ്ഞു-

"മഞ്ജുള ചാർത്തിയ മാലയാണത്. അത് നമുക്കാർക്കും എടുത്തു മാറ്റാൻ പറ്റില്ല. മഞ്ജുളയുടെ മാലയാണ് എന്ന് മനസ്സിൽ കരുതി ഭഗ വാനെ വിചാരിച്ച് നാമം ജപിച്ച് എടുത്തോളൂ."

ശാന്തിക്കാരൻ അങ്ങനെ ചെയ്തപ്പോൾ കാര്യം സാധിക്കുകയും ചെയ്തു.

"രൂപം കുലം ധനതപോബലയോഗവിദ്യാ-
തേജഃ പ്രഭാവമതികാന്തികൾ തൊട്ടതൊന്നും
നിൻ തോഷണത്തിനു പരാത്പര പോര, ഭക്ത്യാ-
നീ തുഷ്ടനായിതു ഗജേന്ദ്രനിലെന്നു സിദ്ധം."

എന്ന് ശ്രീമാൻ സുബ്രഹ്മണ്യൻ തിരുമുമ്പ് ഭക്തപ്രഹ്ലാദനെക്കൊണ്ട് പറയിച്ചുവല്ലോ. "ഭക്തിയെന്നിയേ പ്രസാദിക്കയില്ല ഖിലേശൻ..." എന്നത് പൂന്താനവും മഞ്ജുളയുമൊക്കെ തെളിയിക്കുന്നു. എന്നിട്ടും അത് കാണാനുള്ള കണ്ണുകൾ കുറയുന്നു. ഒരു തവണ പൂന്താനം ഗുരുവായൂർക്ക് പോവുകയായിരുന്നു. നടക്കുവാൻ ബുദ്ധിമുട്ട് തുടങ്ങിയിട്ടുണ്ട്. പ്രായവും കൂടിയിരിക്കുന്നു. എന്നാലും ഉള്ളിൽ കോടക്കാർവർണ്ണനെ ധ്യാനിച്ചുകൊണ്ടും നിർത്താതെ നാമംജപിച്ചും ഇടയ്ക്ക് സങ്കീർത്തനങ്ങൾ പാടിക്കൊണ്ടും പതുക്കെ നടന്നു. ചുറ്റുമുള്ള പ്രകൃതിയുടെ നദികളുടെയൊക്കെ കുളർമ അനുഭവിക്കുവാൻ സുഖംതോന്നി. അതിന്നിടയിൽ പെട്ടെന്ന് അഞ്ച് ഭീകരന്മാർ മുമ്പിൽ ചാടി വീണു. പൂന്താനം നിവർന്നുനിന്ന് അവരെ നോക്കി. അവർ കവർച്ചക്കാരാണ്. അവർ പൂന്താനത്തിനെ ദേഹോപദ്രവം ചെയ്യുവാനും കൈയിലെ ഭാണ്ഡം തട്ടിപ്പറിക്കുവാനും തുടങ്ങുകയായിരുന്നു. പൂന്താനം കണ്ണടച്ചുനിന്ന് ഉറക്കെ വിളിച്ചുപറഞ്ഞു- "ശ്രീഹരേ! ഗുരുവായൂരപ്പാ രക്ഷിക്കണേ! ദ്രൗപതിയെ രക്ഷിച്ചത് അങ്ങല്ലേ? ഗജേന്ദ്രന് മോക്ഷം കൊടുത്തത് അങ്ങുതന്നെയെല്ലേ? എന്നെ ഉപേക്ഷിക്കരുതേ, കൃഷ്ണാ, കൃഷ്ണാ...."

അപ്പോൾ അതിവേഗം അടുത്തെത്തുന്ന ഒരു കുളമ്പടിശബ്ദം കേട്ടു. അത് പെട്ടെന്ന് അടുത്തെത്തി. കുതിരപ്പുറത്ത് സേനാനിയെപ്പോലെ ഒരാൾ. നിമിഷനേരംകൊണ്ട് ആ ആയുധധാരി വാളെടുത്ത് വീശി കള്ളന്മാരെ ആട്ടിഅകറ്റി.

അപ്പോഴാണ് പൂന്താനം കണ്ണുതുറന്നത്. തന്നെ രക്ഷിച്ച മാന്യനെ നോക്കി വന്ദിച്ചു. ഗദ്ഗദം തടഞ്ഞുകൊണ്ട് ചോദിച്ചു- "അങ്ങ് ആരാണ്? എനിക്ക് ഒട്ടും മനസ്സിലായില്ല."

"ഞാൻ സാമൂതിരിയുടെ സൈന്യാധിപനായ മങ്ങാട്ടച്ചനാണ്. ദേശ രക്ഷയാണ് എന്റെ ചുമതല. അങ്ങ് ബുദ്ധിമുട്ടാതെ നടന്നോളൂ. ഗുരു വായൂർക്കല്ലേ?"

പൂന്താനത്തിന്റെ മുഖം വിടർന്നു. കണ്ണുകൾ നിറഞ്ഞു-

"ഈ സമയത്ത് അങ്ങയെ ഇവിടെ എത്തിച്ചത് ഗുരുവായൂരപ്പൻ തന്നെയാണ്. എന്റെ ഒരു സന്തോഷത്തിന് അങ്ങ് ഇത് സ്വീകരിക്കണം."

കൈവിരലിൽനിന്ന് സ്വർണ്ണമോതിരം ഊരിയെടുത്ത് പൂന്താനം സന്തോഷത്തോടെ മങ്ങാട്ടച്ചന് കൊടുത്തു. സമാധാനമായി. ഉത്സാഹ ത്തോടെ നാമം ജപിച്ച് കീർത്തനം പാടിക്കൊണ്ട് നേരെ ഗുരുവായൂർക്ക് നടക്കുകയും ചെയ്തു.

പൂന്താനം ഗുരുവായൂരിലെത്തി രാവിലെ നേരത്തെ അമ്പലക്കുള ത്തിൽ കുളിച്ച് നിർമ്മാല്യം തൊഴാനായി ഭഗവാന്റെ നടയിലെത്തി. മേൽശാന്തിവന്ന് നടതുറന്നു. കൂട്ടമണി മുഴങ്ങി. മനോജ്ഞമായ ഭഗ വദ്വിഗ്രഹം മുമ്പിൽ. പൂന്താനം മതിമറന്ന് അവിടെത്തന്നെ നോക്കി നില്ക്കുകയായിരുന്നു. വ്യക്തമായ ഒരു മന്ദഹാസമുണ്ടല്ലോ ഭഗവാന്റെ മുഖത്ത്. 'ഹാസമായതു മഹാമായ...' എന്നരുളിയത് എത്ര വാസ്തവം. ഈ ചിരികൊണ്ടാണല്ലോ അങ്ങ് ഭൂലോകം നടത്തുന്നത്. സത്യമെന്ന് വിശ്വസിച്ചിരുന്നതിനെ മിഥ്യയാക്കിത്തീർക്കുന്നു. അലയാഴികളെ മരു ഭൂമികളാക്കുന്നു. ഹരേ! അങ്ങയുടെ വൈഭവം....

അങ്ങനെയൊക്കെ ആലോചിച്ച് കൈകൂപ്പി നില്ക്കുമ്പോൾ മേൽശാന്തി ഒരു മോതിരവുമായി പൂന്താനത്തിന്റെ മുമ്പിൽനിന്നു കൊണ്ട് പറഞ്ഞു-

"ഇന്നലെ രാത്രി എനിക്ക് ഒരു സ്വപ്നം ഉണ്ടായി. ഗുരുവായൂ രപ്പൻണ്ട് വാതില് മറഞ്ഞുനിന്ന് പറയ്ണു. "നാളെ രാവിലെ നിർമ്മാല്യ ത്തിന്റെ കൂടെ ഒരു സ്വർണ്ണമോതിരംണ്ടാവും. പൂന്താനം തൊഴാൻ വരുമ്പൊ അത് അദ്ദേഹത്തിന് കൊടുക്കണം. ഇന്നലെ വഴീല് വെച്ച് തന്നതാണ്." അത് ഒരു സ്വപ്നമാണ്ന്നേ ഞാൻ കരുതീള്ളു. ഇന്ന് ദാ, നിർമ്മാല്യം വാരിയപ്പൊ അതില് ഒരു സ്വർണ്ണമോതിരം! നോക്കൂ, പൂന്താനത്തിന്റെ അല്ലേ മോതിരം?" പൂന്താനം നോക്കി. കണ്ണുനിറഞ്ഞിട്ട്

ഒന്നും കാണുന്നില്ല. ഗദ്ഗദംകൊണ്ട് വാക്കുകൾ പുറത്തുവരുന്നില്ല. പതുക്കെ തലകുലുക്കി പറഞ്ഞു– 'അതെ.'

മേൽശാന്തി മോതിരം പൂന്താനത്തിന്റെ നീട്ടിയ കൈയിലേയ്ക്കിട്ടു. പൂന്താനം ആ മോതിരം ഭക്തിയോടെ കണ്ണിലും മൂർദ്ധാവിലും വച്ചു. ഭഗവത്സ്പർശം ഏറ്റ മോതിരമല്ലേ ഇത്! ഇന്നലെ കണ്ട ആ മങ്ങാട്ടച്ചനെ ഓർത്തുനോക്കി. കഷ്ടം, ഇത്ര അടുത്തുനിന്നിട്ടും ഭഗവാനെ തിരിച്ചറിയുവാൻ തനിക്ക് കഴിഞ്ഞില്ലല്ലോ. ആ മങ്ങാട്ടച്ചൻ അടുത്തുവന്നപ്പോൾ കസ്തൂരിയുടെ വാസന വന്നു എന്ന് എനിക്കു തോന്നിയത് ശരിയായിരുന്നു അല്ലേ? കഷ്ടം. എന്നിട്ടും അത് ഭഗവാന്റെ സുഗന്ധമാണ് എന്ന് തിരിച്ചറിയുവാൻ തനിക്ക് കഴിഞ്ഞില്ലല്ലോ. താൻ എന്തൊരു മന്ദഭാഗ്യനാണ്. പൂന്താനം ആ മോതിരം കണ്ണുകളിൽ തൊടുവിച്ചു. ശ്രീലകത്തേയ്ക്കുനോക്കി പിന്നേയും പിന്നേയും വിളിച്ചു–

"എന്റെ ഗുരുവായൂരപ്പാ! കരുണാമൂർത്തേ!"

അപ്പോഴും ആ മായാമന്ദഹാസം ശ്രീലകത്താകെ നിറഞ്ഞിരുന്നു. അത്തവണ പൂന്താനം കുറേ അധികം ദിവസം ഗുരുവായൂരിൽ താമസിച്ചു. വീണ്ടും വീണ്ടും ഗുരുവായൂരപ്പനെ തൊഴൽ. നാമം ജപം. ഭാഗവതം വായന. ഇതിൽപരം ഒരു സുഖം മറ്റെന്തുണ്ട്? എന്നാലും അച്ഛന്റെ ശ്രാദ്ധമായപ്പോഴേയ്ക്ക് ഇല്ലത്തേയ്ക്ക് എത്തി.

പൂന്താനത്തിന് പ്രായം കൂടുകയായിരുന്നു. ശരീരം ദുർബലമായിക്കൊണ്ടിരുന്നു. അധികം നടക്കുമ്പോൾ കിതപ്പ്. എന്നാലും ഗുരുവായൂരപ്പനെ കാണാതെ വയ്യ. അദ്ദേഹം കുടയും വടിയും ആ ചെറിയ ഭാണ്ഡവുമെടുത്ത് പുറപ്പെട്ടു. പടിപ്പുര കടന്ന് കുറേ നടന്നപ്പോഴേയ്ക്ക് വയ്യാതായി. കൈയും കാലും കുഴയുന്നു. കണ്ണ് മഞ്ഞളിക്കുന്നു. ഇളകാൻ കഴിയാതെ ആ വഴിയിൽത്തന്നെ ഇരുന്നു. നിർത്താതെ നാമം ജപിച്ചു. ഹരേ! ഗുരുവായൂരപ്പാ!

അപ്പോൾ, ഒരു ചിലമ്പൊലി കേൾക്കുന്നതുപോലെതോന്നി. അത് അടുത്തെത്തി. അപ്പോൾ കേട്ടത് ഓടക്കുഴലിന്റെ നാദമാണ്, ശരിക്കും മുരളീനാദം തന്നെ. പൂന്താനം അടിമുടി കോരിത്തരിച്ചു. തുളസിയുടെ, ഗോരോചനത്തിന്റെ, കസ്തൂരിയുടെയൊക്കെ സുഗന്ധം വരുന്നുണ്ടല്ലോ. പൂന്താനം ആ നാദധാര ഒഴുകുന്നിടത്തേയ്ക്കുതന്നെ ഇമവെട്ടാതെ നോക്കി ഇരുന്നു. അപ്പോൾ, അതാ ബാലഗോപാലന്റെ നിർദ്ദേശം– "പൂന്താനം ഇനി വയ്യാതെ ഗുരുവായൂർക്ക് വരണമെന്നില്ല. ഇവിടെ ഇരുന്ന് വിചാരിച്ചാൽ മതി. ഞാനിവിടെത്തന്നെ ഉണ്ടാവും."

"ഹെന്റെ കൃഷ്ണാ!" എന്നു പറഞ്ഞ് പൂന്താനം അവിടെത്തന്നെ നമസ്കരിച്ചു. അപ്പോൾ ആ ചിലമ്പൊലി നേർത്ത് നേർത്ത് കേൾക്കാതാവുകയും ചെയ്തു. പൂന്താനം ആ സ്ഥാനത്ത് അമ്പലം പണിത് ബാലഗോപാലവിഗ്രഹം പ്രതിഷ്ഠിച്ചു. അവിടെത്തന്നെ എല്ലാം സമർപ്പിച്ചു. മനസ്സിനെ മറ്റെല്ലാറ്റിൽനിന്നും മാറ്റിനിർത്തി. ആ അമ്പലത്തിന് 'വാമപുരം' എന്ന് പേരിട്ടു. പൂന്താനത്തിന്റെ ഇടതുവശത്താണ് ഭഗവാൻ വന്നുനിന്നത്. അതിനാൽ 'ഇടത്തുപുറത്തപ്പൻ' എന്നും പറയപ്പെടുന്നു.

പൂന്താനത്തിന് തൊണ്ണൂറ് വയസ്സ് തികയുകയാണ്. ആ പിറന്നാൾ ദിവസം ഭഗവാൻ തന്റെ അരികിലെത്തും എന്ന് അദ്ദേഹത്തിന് തോന്നി. ഈ കാര്യം തന്റെ പത്നിയോടും ഇല്ലത്ത് മറ്റുള്ളവരോടും പറയുകയും ചെയ്തു. അവർ ആരും അത് ശ്രദ്ധിച്ചില്ല. പ്രായാധിക്യംകൊണ്ട് ബുദ്ധിഭ്രമം വരികയാണ് എന്നേ അവർക്കു തോന്നിയുള്ളൂ. പത്നിക്കും പൂന്താനത്തിനെ മനസ്സിലാക്കുവാൻ സാധിച്ചില്ല.

എന്നാൽ പൂന്താനത്തിന് അടങ്ങിയിരിക്കുവാൻ കഴിഞ്ഞില്ല. അദ്ദേഹം ഒറ്റയ്ക്കുതന്നെ ഗൃഹവും പരിസരവും വൃത്തിയാക്കി. തോരണങ്ങൾ തൂക്കി. ഭദ്രദീപം തെളിയിച്ചു. ഭഗവാൻ എഴുന്നള്ളുന്നതും കാത്ത് നിന്നു. ഭർത്താവിന് ശരിക്കും ഭ്രാന്തായിരിക്കുന്നു എന്നാണ് പത്നി വിചാരിച്ചത്. എന്നാൽ, മറ്റുള്ളവർ എന്ത് കരുതുന്നു എന്നു പോലും പൂന്താനം ശ്രദ്ധിച്ചില്ല. മനസ്സിൽ ഭഗവാൻ മാത്രമേ ഉള്ളൂ എന്നായിക്കഴിഞ്ഞിരുന്നു. കൂടെക്കൂടെ പടിപ്പുരയിൽ പോയി നോക്കും. ഏതു വഴിയിലൂടെയാവും ഭഗവാൻ എഴുന്നള്ളുക? ചിലമ്പൊലി കേൾക്കുവാനുണ്ടോ? ഉത്ക്കണ്ഠയോടെ ചെവിയോർത്ത് നില്ക്കും.

അവസാനം, അതാ ഭഗവാൻ വന്നു! നീലമേഘശ്യാമളനായി, മന്ദസ്മേരമുഖനായി, മഞ്ഞപ്പട്ടുടുത്ത്, വനമാലയണിഞ്ഞ്, മുടിയിൽ പീലി തിരുകി, കുഞ്ഞിക്കൈയിൽ ഓടക്കുഴലുമായി... ഹായ്! ഭഗവാൻ വന്നെത്തി. പൂന്താനം ആനന്ദത്തിൽ ആറാടി, നൃത്തംവച്ചു, ഉറക്കെ കീർത്തനം പാടി. എല്ലാം നോക്കിക്കൊണ്ട് മായാത്ത മന്ദഹാസവുമായി നില്ക്കുകയാണ് മായാമാനുഷൻ. ഭഗവാന്റെ തൃക്കാലടികൾ കഴുകിക്കാനുള്ള വെള്ളം കൊണ്ടുവച്ചിട്ടുണ്ട് പൂന്താനം. അർച്ചിക്കാൻ തുളസിപ്പൂക്കളും വച്ചിട്ടുണ്ട്. ഒന്നും ഓർമ്മ വരുന്നില്ല. എല്ലാം മറക്കുന്നു പൂന്താനം. ഏതോ ഒരു ശക്തിതന്നെ പിടിച്ചുവലിക്കുകയാണ്. മനോഹരമായ ഒരു നീലിമ അവിടെയൊക്കെ വ്യാപിക്കുകയാണല്ലോ.

പൂന്താനം മറ്റൊന്നും കാണുന്നില്ല. അറിയുന്നില്ല. ഓർക്കുന്നില്ല. ആ നീലനിറത്തോടൊപ്പം നീങ്ങിനീങ്ങി പോവുകയാണ്. പിൻതിരിഞ്ഞു നോക്കുവാൻപോലും കഴിയുന്നില്ല. അവസാനം പൂന്താനത്തേയും കാണാതെയായി. ആ അനന്തനീലിമയുടെ ഇടയിലെവിടെനിന്നോ മുരളീനാദം കേൾക്കുന്നുണ്ടോ?! ഒപ്പം പൂന്താനത്തിന്റെ നാമജപവും!

അവിടെ ഉണ്ടായിരുന്ന മഹാബ്രാഹ്മണർ ആരും അതൊന്നും കണ്ട തേയില്ല. കേട്ടതുമില്ല. എന്നാൽ, അവിടെ ദാസ്യവൃത്തി ചെയ്തിരുന്ന ഒരു സ്ത്രീ ഓടിവരുന്നത് എല്ലാവരും കണ്ടു.

"ഗുരുവായൂരപ്പാ, അടിയനെക്കൂടി കൊണ്ടുപോകണേ" എന്നു പറഞ്ഞ് അവർ വഴിയിൽ വീഴുന്നതും കണ്ടു. ആ ഭാഗ്യവതിയായ സ്ത്രീ പിന്നെ എഴുന്നേറ്റില്ല. ജീവൻ ആ ശരീരംവിട്ട് പോയിരുന്നു. ഒരുപക്ഷേ, അനന്തതയിൽ ലയിച്ചിരിക്കാം, മോചനം നേടിയിരിക്കാം.

ഭക്തകവി പൂന്താനത്തിന്റേതായി അറിയപ്പെട്ടതായിട്ട് ഇരുപത്തി രണ്ട് കൃതികളുണ്ട്. എല്ലാം ഭഗവത് സ്തോത്രങ്ങളും ഭക്തിവർദ്ധക ങ്ങളായ പുരാണാഖ്യാനങ്ങളുംതന്നെ. കുമാരാഹരണം പാന, ഭാഷാ കർണ്ണാമൃതം, നാരായണ, ഗോവിന്ദകീർത്തനങ്ങൾ, ആനന്ദനൃത്തം, ദ്വാദശാക്ഷരനാമകീർത്തനം, ശ്രീകൃഷ്ണകീർത്തനങ്ങൾ, സപ്താക്ഷര കീർത്തനം, ബ്രഹ്മപരഗോവിന്ദകീർത്തനം, ഗോപാലകൃഷ്ണ കീർത്തനം, ഗൗരീകീർത്തനം, വാമപുരേശകീർത്തനങ്ങൾ, പത്മനാഭ കീർത്തനങ്ങൾ, വിവേകോദയകീർത്തനങ്ങൾ, ജയകൃഷ്ണകീർത്തനം, വിടകൊൾകീർത്തനങ്ങൾ, ശ്രീരാമകീർത്തനം, മുകുന്ദകീർത്തനം, ദശാ വതാരസ്തോത്രം, നൂറ്റെട്ടുഹരി, ഘനസംഘം, ജ്ഞാനപ്പാന. കൂടാതെ തമിഴിലും പൂന്താനം ചില വേദാന്തഗാനങ്ങൾ രചിച്ചു എന്നു കേട്ടിട്ടുണ്ട്.

ഭാഗവതത്തിലെ ദശമസ്കന്ധം (ശ്രീകൃഷ്ണകഥ) സ്തോത്രമാല യാക്കിയിരിക്കുകയാണ് 'നൂറ്റെട്ടുഹരി'യിലൂടെ.

"ഭൂമിതൻ ഭാരം കളയുവാനായിട്ട്
ഭൂമിയിൽ വന്നു പിറന്ന കൃഷ്ണാഹരി
ദേവകളായ ജനങ്ങൾക്കുവേണ്ടീട്ടും
ദേവകീനന്ദനനായ കൃഷ്ണാഹരി
ശ്രീ മധുരേങ്കൽ വസുദേവപുത്രനായ്
ദേവകീതന്നിൽ പിറന്ന കൃഷ്ണാഹരി

അമ്പാടിതന്നിൽ വളരുന്ന കാലത്തൊ-
രമ്മപ്പിശാചിയെ കൊന്ന കൃഷ്ണാഹരി....
ചേറും പുരണ്ടു ചെറിയൊരു പൈതലായ്
അമ്പാടി തന്നിൽ വളർന്ന കൃഷ്ണാ ഹരി..."

എന്നു തുടങ്ങിയിട്ട് ശ്രീകൃഷ്ണകഥ മുഴുവൻ പറയുന്നു. വീടുകളിൽ സന്ധ്യാനാമത്തോടൊപ്പം മുമ്പ് കുട്ടികൾ നൂറ്റെട്ടുഹരി ചൊല്ലൽ പതിവുണ്ടായിരുന്നു. ഒരു വേനൽക്കാലത്ത് പൂന്താനത്തിന് വസൂരി രോഗം വന്നു. അത് കലശലായി. മാറിക്കുളിയ്ക്കാൻ ബുദ്ധിമുട്ടാണെന്ന് 'നോട്ടക്കാർ' വിധിച്ചു. അടച്ചിട്ട മുറിയിൽ പൂന്താനത്തിന്റെ ഒറ്റയ്ക്ക് കിടക്കൽ. ശരീരപീഡകൾ. ആകെ ഒരാശ്രയം സർവ്വരോഗനിവാരിണിയായ തിരുമാന്ധാംകുന്നിലമ്മതന്നെ. അപ്പോൾ ഉൾക്കണ്ണിൽ തെളിഞ്ഞ തേജോരൂപിണിയുടെ കേശാദിപാദവർണ്ണനയാണ് 'ഘനസംഘം'.

"ഘനസംഘമിടയുന്ന തനുകാന്തി തൊഴുന്നേൻ,
അണിത്തിങ്കൾക്കലചൂടും പുരിജട തൊഴുന്നേൻ,
ദുഷ്ടരാമസുരരെദ്ദഹിപ്പിക്കും തീ ജ്വലിയ്ക്കും
പടുകൺമിഴികൾ മൂന്നും നിടിലവും തൊഴുന്നേൻ,
വിലസുമാക്കുനുചില്ലിയുഗളം കൈതൊഴുന്നേൻ
മുഗ്ദ്ധമായിക്കനിവോടെ മറഞ്ഞുവന്നനിശം
ഭക്തരിൽ പതിക്കുന്ന കടക്കണ്ണുതൊഴുന്നേൻ
തിലസുമരുചിവെന്ന തിരുനാസാതൊഴുന്നേൻ
ചെന്തൊണ്ടിപ്പഴംവെന്നോരധരം കൈതൊഴുന്നേൻ
ചന്തമോടണിനാവുമിതാ ഞാൻ കൈതൊഴുന്നേൻ
ചന്ദ്രികാരുചിവെന്നോരസിതം കൈതൊഴുന്നേൻ
കുന്ദകന്ദളംവെന്ന രദനങ്ങൾ തൊഴുന്നേൻ
ഇടിനാദമുടൻ വന്നങ്ങടിയീണപണിയും
കഠിനമേടെഴുന്ന ഹുംകൃതി നാദം തൊഴുന്നേൻ
മിന്നലോടിടയുന്നോ 'രെകിറും' കൈതൊഴുന്നേൻ.
പന്നഗരചിതം കുണ്ഡലം രണ്ടും തൊഴുന്നേൻ,
കണ്ണാടി വടിവൊത്ത കവിളിണ തൊഴുന്നേൻ,
പൂർണ്ണചന്ദ്രനെ വെന്ന തിരുമുഖം തൊഴുന്നേൻ,

കംബുതന്നണിഭംഗി കവർന്നുകൊണ്ടെഴുന്ന
കമ്രമാകിനകണ്ഠം കുരലാരം തൊഴുന്നേൻ,
അസുരന്മാർ ശിരോമാലാ രചിതമുത്തരീയം
രുധിരമോടണിഞ്ഞ നിൻതിരുവുടൽ തൊഴുന്നേൻ
ഫണി, വാൾ, വട്ടക, ശൂലം, പരിചയും തലയും
മണി ഖട്വാംഗവുമേന്തും കരമെട്ടും തൊഴുന്നേൻ,
പാരിടമഖിലവും ജ്വലിച്ചങ്ങുലസിക്കുന്ന
മാറിടമതിൽ രമ്യം മണിമാല തൊഴുന്നേൻ
ചന്ദനം വളർപാമ്പുമണിഞ്ഞുകൊണ്ടെഴുന്ന
ചന്ദനമലയെവെന്ന തിരുമുലതൊഴുന്നേൻ
അവധി മൂന്നുലകിന്നും വിഭജിച്ചുവിളങ്ങും
ത്രിവലിശോഭിതമായൊരുദരം കൈതൊഴുന്നേൻ.
ചുവന്ന പട്ടുടയാട നിതംബം കൈതൊഴുന്നേൻ,
'ശുൽക്കാര'മുയർന്ന പാമ്പുടഞാണു തൊഴുന്നേൻ
കരഭവും മണിത്തൂണും കദളിയും തൊഴുന്ന
ഉരുഭംഗി കലർന്ന നിൻതിരുത്തുടതൊഴുന്നേൻ
സേവിപ്പോർക്കഭീഷ്ടാർത്ഥം കൊടുപ്പാനായ് നിറച്ചു
മേവുന്ന മണിച്ചെപ്പോ മുഴങ്കാൽ കൈതൊഴുന്നേൻ
അംഗജനിഷംഗം കൈതകമിവ തൊഴുന്ന
ഭംഗിയിലുരുണ്ടനിൻ കണങ്കാൽ കൈതൊഴുന്നേൻ
സുരവൃന്ദകിരീടാളി മണിനീരാജിതമായൊ-
രരവിന്ദരുചിവെന്ന അടിയിണതൊഴുന്നേൻ
കടകം, തോൾവള, കാഞ്ചീ, ചിലമ്പേവം തുടങ്ങി
ഉടലിലങ്ങണിഞ്ഞ ആഭരണങ്ങൾ തൊഴുന്നേൻ
ഇക്കണ്ടഭുവനം കാത്തെഴും നാഥേ! തൊഴുന്നേൻ
ചൊല്ക്കൊണ്ട തിരുമാന്ധാം കുന്നിലമ്മേ! തൊഴുന്നേൻ.

പൂന്താനത്തിന്റെ കൃതികളിൽ നിറഞ്ഞുനില്ക്കുക സ്വച്ഛമായ ഭക്തി ഭാവവും ഒപ്പം വേദാന്തവിഷയങ്ങളും തന്നെ. അതിൽവച്ച് മനുഷ്യ മനസ്സിനെ ഏറെ സ്പർശിക്കുന്നതും ഉപനിഷത് തത്ത്വസാരമടങ്ങി യതും 'ജ്ഞാനപ്പാന' തന്നെയാണ്. പൂന്താനം പണ്ഡിതനായിരുന്നില്ല

എന്നതിന് തെളിവൊന്നുമില്ല. കഠിനപദപ്രയോഗങ്ങളും ദുരൂഹതയും മാത്രമല്ലല്ലോ പാണ്ഡിത്യലക്ഷണം "കവിഃ ക്രാന്തദശീ" എന്നുണ്ട്. അതിനാൽ പൂന്താനം കവിയായിരുന്നു എന്ന് തീർച്ച. ക്രാന്തദർശിത്വ മുള്ളതാണ് ജ്ഞാനപ്പാനയിലെ വരികൾ. പ്രപഞ്ചത്തിലാകെ പരന്നും, എന്നാൽ ഒളിഞ്ഞും കിടക്കുന്ന പരമസത്യത്തെ സാധാരണപദങ്ങളിൽ അയത്നലളിതമായി ഒതുക്കി നമുക്ക് സംഭാവന ചെയ്തിരിക്കുകയാണ് കവി ജ്ഞാനപ്പാനയിലൂടെ- നമ്മുടെ സൗകര്യത്തിനായിട്ട്.

> ഗുരുനാഥൻ തുണ ചെയ്കസന്തതം
> തിരുനാമങ്ങൾ നാവിന്മേലെപ്പൊഴും
> പിരിയാതെ ഇരിക്കണം നമ്മുടെ
> നരജന്മം സഫലമാക്കീടുവാൻ

എന്ന മംഗളാചരണത്തോടെയാണ് ജ്ഞാനപ്പാന തുടങ്ങുന്നത്. ആരാണ് ഗുരുനാഥൻ?

> "ഗു ശബ്ദോ ഹ്യന്ധകാര സ്യാത്-
> രു ശബ്ദ സ്ത ന്നിരോധകഃ
> അന്ധകാര നിരോധിത്വാത്
> ഗുരു രിത്യഭിധീയതേ."

അന്ധകാരനിരോധിത്വാത് ഗുരുതിത്യദിധീയതേ എന്നാണ്. 'ഗു' എന്ന ശബ്ദത്തിന് അന്ധകാരമെന്നും 'രു' ശബ്ദത്തിന് നിരോധിക്കു ന്നത് എന്നും അർത്ഥമുണ്ട്. അന്ധകാരത്തെ നിരോധിക്കുന്നവൻ-ഇല്ലാതാക്കുന്നവൻ ആണ് ഗുരു. പുറത്തെ ഇരുട്ടല്ല. ഉള്ളിലെ ഇരുട്ട്. അജ്ഞാനാന്ധകാരത്തെ അകറ്റുവാൻ, അതിനായി പലേ ഗുരുക്കളുമു ണ്ടാവും. പഞ്ചഭൂതങ്ങൾ, മാതാപിതാക്കൾ, ആചാര്യന്മാർ അങ്ങിനെ പലരും. ആ എല്ലാ ഗുരുക്കളുടേയും ഗുരു-നാഥൻ. സർവ്വാന്തര്യാമി യായ ഭഗവാൻ.

സന്തതം = എല്ലായ്പ്പോഴും. തുണ ചെയ്ക=രക്ഷിക്കുക, സംരക്ഷ കനാവുക.

സർവ്വാന്തര്യാമിയായ ഭഗവാൻ എല്ലായ്പ്പോഴും രക്ഷിക്കണേ എന്ന പ്രാർത്ഥനയോടെ തുടങ്ങുകയാണ്.

തിരുനാമങ്ങൾ = പൂജാർഹമായത് എന്ന് അർത്ഥമാക്കുന്നതാണ് 'തിരു'ശബ്ദം. ഈ നാമങ്ങൾ വെറുംവാക്കുകളല്ല. പൂർവ്വസുകൃതം

കൊണ്ട് കനിഞ്ഞുകിട്ടിയ ഈ നരജന്മം ഫലപ്രദമാക്കേണ്ടതാവണം ആ വാക്കുകൾ.

നമ്മുടെ പൂർവ്വസൂരികൾ വാക്കുകൾക്ക് വലിയ വിലകല്പിച്ചിരുന്നു. 'മിതം ച സാരം ച വചോഹി വാഗ്മിതാ' എന്നാണ്. മിതമായി സാരവത്തായ വാക്കുകൾ പറയലാണ് വാഗ്മിത=വാചാലത. അങ്ങനെ പറയുന്ന വാക്കുകളിൽ അസത്യത്തിന്റെ നിഴൽപോലും ഉണ്ടാവരുത്. ഊർജ്ജസ്വലമാവണം. അങ്ങനെയുള്ള വാക്കുകൾ ഭഗവദ്സ്മരണയോടെ ഉച്ചരിക്കുകയുംകൂടി ചെയ്യുമ്പോളാണ് ജന്മം സഫലമാവുന്നത്. ഇക്കാലത്ത് വിലയില്ലാത്ത ഏകവസ്തു മനുഷ്യന്റെ വാക്കായിത്തീർന്നിരിക്കുന്നു. ആരുടെ വാക്കിലുമില്ല വിശ്വാസ്യത. ഈ ഒരു കാലം മുമ്പേ തന്നെ കണ്ടറിഞ്ഞിട്ടാവാം കവി തുടക്കത്തിൽത്തന്നെ വാക്കിന്ന് പ്രഥമസ്ഥാനം കൊടുത്ത്, ഉണ്ടാവേണ്ട ഗുണങ്ങളെപ്പറ്റി ഉറപ്പിച്ചുപറഞ്ഞത്. അപ്പോൾ, ഈ ഭക്തകവി ശരിക്കും ക്രാന്തദർശി തന്നെ.

കാലലീല

ഇന്നലെയോളമെന്തെന്നറിഞ്ഞില്ലാ
ഇനിനാളെയും എന്തെന്നറിഞ്ഞില്ലാ
ഇന്നിക്കണ്ട തടിയ്ക്കു വിനാശവും
ഇന്നനേരം എന്നേതുമറിഞ്ഞില്ലാ.
കണ്ടുകണ്ടങ്ങിരിക്കും ജനങ്ങളെ
ക്കണ്ടില്ലെന്നു വരുത്തുന്നതും ഭവാൻ.
രണ്ടുനാലുദിനംകൊണ്ടൊരുത്തനെ
തണ്ടിലേറ്റി നടത്തുന്നതും ഭവാൻ
മാളികമുകളേറിയ മന്നന്റെ
തോളിൽ മാറാപ്പു കേറ്റുന്നതും ഭവാൻ.

ഇനി, അനന്തവും അജ്ഞാതവും ആയ കാലലീലകളെ പറയുക യാണ് കവി. മനുഷ്യന് വന്നുചേരുന്ന അനുഭവങ്ങൾ പ്രവചിക്കുവാൻ പറ്റാത്തതാണ്. ഇന്ന് എന്തൊക്കെയാവും സംഭവിക്കുക എന്നതിനെ പ്പറ്റി ഇന്നലെപ്പോലും ഒന്നും അറിയാറില്ല. ഇന്നലെ കണക്കുകൂട്ടിയ താവില്ല ഇന്ന് നടക്കുന്നതും. നാളെ നടക്കുന്നതെന്തൊക്കെയാവും? അതും അറിയില്ല. ഇവിടെ അജ്ഞാതമായ, ആർക്കുംതന്നെ ദൃശ്യ മായിക്കഴിഞ്ഞിട്ടില്ലാത്ത കാലം എന്ന ആ മഹാമറയുടെ അത്ഭുതപ്രഭാവ ത്തെപ്പറ്റി ഓർമ്മിപ്പിക്കുകയാണ് കവി. അത്രമേൽ സ്വന്തമെന്ന് നമ്മൾ വിശ്വസിക്കുന്ന ആരേക്കാളുമധികം, സദാ നമ്മളോടൊപ്പം ഒട്ടിനിന്നിട്ടും അജയ്യമായ ആ പെരുംകാലടികൾ അമർത്തിവയ്ക്കുന്ന ശബ്ദം നമ്മൾ കേൾക്കുന്നുമില്ല. ഇവിടെ, 'ഞാൻ', 'എന്റേത്' എന്ന പദങ്ങൾ തന്നെ അർത്ഥശൂന്യമാവുന്നു. 'ഞാൻ' അല്ലാത്ത 'എന്റേത്' എന്നല്ലാത്ത വേറെ ഏതോ ഒന്നിനെപ്പറ്റി നമ്മളെക്കൊണ്ട് ചിന്തിപ്പിക്കുന്നു. കാരണം, ആ പദങ്ങൾ ആശ്രയമായി കണ്ട് വിശ്വസിച്ച് ചാരിനില്ക്കുന്നതാണ് ഇന്ന്

ഈ നിമിഷം കാണുന്ന ഈ തടി-ശരീരം. ഈ തടിയിലാണ് ഞാനും എന്റേതും മുളച്ച് വളർന്ന് വലുതാവുന്നതും. എന്നാൽ ഈ തടി എപ്പോഴാണ് മറിഞ്ഞുവീഴുക എന്നോ കത്തിച്ചുകളയപ്പെടേണ്ടിവരിക എന്നോ ആർക്കും ഏതും അറിയുകയുമില്ല. (കത്തിച്ചാമ്പലാവേണ്ടതാണ് എന്നതുകൊണ്ടാവാം കവി 'തടി' എന്നുതന്നെ പ്രയോഗിച്ചത്). പിന്നെ ഞാനെവിടെ? എന്റേത് എവിടെ? കണ്ടുകണ്ടങ്ങിരിക്കും ജനങ്ങളെ കണ്ടില്ലെന്ന് വരുത്തുകയാണ് ഭവാൻ. പൂന്താനം ഭഗവാന്റെ മുമ്പിൽ നിന്ന് നേരിട്ട് പറയുന്നതുപോലെയാണ്, ഭവാൻ എന്ന പ്രയോഗം. ജനങ്ങളെ കണ്ടില്ലെന്ന് വരുത്തുകയാണ് ചെയ്യുന്നത്. സത്യത്തിൽ, കണ്ടുകണ്ടിരിക്കലുമില്ലാ, കാണാതാവലുമില്ലാ. രണ്ടും ഭവാൻ വരുത്തുകയാണ്. യഥാർത്ഥ വേദാന്തംതന്നെ. കണ്ടുകണ്ട് ഇരിക്കുമ്പോൾ നമ്മൾ സ്വപ്നേപി വിചാരിക്കില്ല ഇനി കാണാത്ത ഒരവസ്ഥ വരും എന്ന്. അത്രമേൽ നമ്മൾ പരസ്പരം വിശ്വസിക്കുന്നു. പെട്ടെന്നൊരു ദിവസം നമ്മളെ വിട്ടുപോയാലോ, മുമ്പ് നമ്മളെ കണ്ടിട്ടേയില്ലാ എന്ന അവസ്ഥയിൽ അയാൾ നില്ക്കുകയും ചെയ്യുന്നു. പിന്നെ ഒരിയ്ക്കൽപോലും തിരിഞ്ഞുനോക്കലില്ല, തിരിച്ചുവരലുമില്ല. പരിപൂർണമായ അപരിചിതത്വം. ഭവാൻ അയാളെ അങ്ങിനെയാക്കുന്നു. മഹാഭാഗവതത്തിലെ ചിത്രകേതുവിന്റെ കഥപോലെ. ശൂരസേനരാജ്യത്തിലെ ചക്രവർത്തിയായിരുന്നു ചിത്രകേതു. രാജ്യം സമ്പന്നമാണ്. പ്രജകൾ സന്തുഷ്ടരാണ്. പക്ഷേ, പുത്രനുണ്ടാവുന്നില്ലാ രാജാവിന്. അവസാനം അംഗിരസ്സ് മഹർഷിയോട് അപേക്ഷിച്ചപ്പോൾ മഹർഷി പറഞ്ഞു, "അങ്ങേയ്ക്ക് സന്തോഷവും സങ്കടവും ഉണ്ടാക്കുന്ന പുത്രനുണ്ടാവും." ആദ്യഭാര്യയും ഗുണവതിയും ആയ കൃതദ്യുതിയിൽ ഒരു പുത്രനുണ്ടായി. രാജാവും കൊട്ടാരവും നാടും സന്തോഷത്തിലാറാടി. എന്നാൽ, സന്തോഷിക്കാത്ത ചിലരുണ്ടായിരുന്നു; ചക്രവർത്തിയുടെ മറ്റു ഭാര്യമാർ. പുത്രനുണ്ടായശേഷം രാജാവ് തങ്ങളെ തിരിഞ്ഞുനോക്കുന്നില്ലാ എന്ന ദുഃഖത്താൽ അവർ ആ പുത്രനെ വിഷംകൊടുത്ത് കൊല്ലിച്ചു. സങ്കടം സഹിക്കാനാവാതെ കരഞ്ഞുകരഞ്ഞ് രാജാവിന് കണ്ണു കാണാതായി. അപ്പോൾ വീണ്ടും അംഗിരസ്സ് മഹർഷി ശ്രീനാരദമഹർഷിയേയും കൂട്ടി വന്നു. അപമൃത്യു ആണെങ്കിൽ മൂന്നേമുക്കാൽ നാഴികയ്ക്ക് ഉള്ളിലായാൽ ആ ജീവനെ തിരിച്ചുവരുത്തുവാൻ വേണ്ട യോഗബലം നാരദ മഹർഷിക്കുണ്ട്. അദ്ദേഹം അത് പ്രയോഗിച്ച് ജീവനെ വരുത്തിയിട്ട് പറഞ്ഞു- "അങ്ങയുടെ അച്ഛനും അമ്മയും വളരെ ദുഃഖിക്കുന്നു. ഈ

ശരീരത്തെ പ്രാപിച്ച് അവരുടെ ദുഃഖം മാറ്റൂ." അതുകേട്ട് ആ ജീവൻ ചോദിക്കുകയാണ്- "കർമ്മങ്ങൾ നിമിത്തം ഞാൻ പല ജന്മങ്ങളിൽ കൂടി കടന്നുവന്നു. അങ്ങ് ഏത് അച്ഛനമ്മമാരെപ്പറ്റിയാണ് പറയുന്നത്? ഇനിയും ഏതൊക്കെയോ അച്ഛനമ്മമാരുടെ പുത്രനായേക്കാം. എനിക്കിപ്പോൾ അച്ഛനും അമ്മയുമൊന്നുമില്ല. എനിക്ക് പോവാറായി. ഞാൻ പോവുന്നു."

ദുർഭരമായ ആ സത്യം നേരിട്ട് കണ്ടപ്പോൾ രാജാവ് അടങ്ങി. ജ്ഞാനോദയം വന്നു. അതിന്നായിട്ടുതന്നെയാണ് ശ്രീനാരദ മഹർഷിയെ അംഗിരസ്സ് മഹർഷി അവിടെ കൊണ്ടുവന്നതും. നമ്മുടെ ശരീരം, ചലനങ്ങൾ, വിചാരങ്ങൾ, ഭാഗധേയങ്ങൾ എല്ലാം മറ്റേതോ അജ്ഞാതമായ പ്രേരണകൊണ്ട് നമുക്ക് നിത്യവും സത്യവും ആണെന്ന് തോന്നുകയാണ്. അത്, ആ യാഥാർത്ഥ്യം മനസ്സിലാവുമ്പോൾ നമ്മളിലുള്ള കലശലായ അധികാരിഭാവം മാറുന്നു.

മനുഷ്യന്റെ ഈ ജീവിതയാത്രയിൽ പലപ്പോഴും നമ്മുടെ മുഖത്തു വന്ന് മുട്ടുന്ന സംഭവങ്ങളാണ് ഇതു രണ്ടും-പരമദരിദ്രനായ ഒരുവനെ രണ്ടുനാലു ദിവസംകൊണ്ട് ധനികനാക്കുന്നു. ഇവിടെ വളരെ കനത്ത ഒരു സത്യം വാക്കുകളിൽ ഒളിപ്പിക്കുന്നുണ്ട്. ഭവാൻ പണമില്ലാത്തവന് പണമുണ്ടാക്കി. ഈ കാലത്ത് പെട്ടെന്ന് പണക്കാരനാവൽ അത്ഭുതമല്ലാതായിരിക്കുന്നു. എത്രയോ വഴികളുണ്ട്. ആ പണം മനുഷ്യനിലുണ്ടാക്കുന്ന കുത്സിതബോധത്തിലാണ് കവി വിരൽചൂണ്ടുന്നത്. പണമുണ്ടായാൽ പിന്നെ നിലത്തൊന്നും നടക്കാൻ വയ്യാതാവും. നാലാള് ഏറ്റിനടക്കണം. ഏറ്റി നടക്കുന്നവരെ ആജ്ഞാപിക്കാം. ശിക്ഷിക്കാം. പണം എല്ലാ അധികാരവും കൊടുത്ത് അയാളെ യജമാനനാക്കുന്നു. അപ്പോൾ, കവി പറയുന്നത് ഈ മായാജാലങ്ങളിൽ ഭ്രമിക്കുന്ന മനുഷ്യനെ ഭരിക്കുന്നത് പണമാണ്. ഏഴുനിലമാളികയുടെ മുകളിൽ പള്ളിമെത്തയിൽ ധാർഷ്ട്യത്തോടെ സസുഖം വാഴുന്നവൻ രണ്ടുനാലുദിവസംകൊണ്ട് എല്ലാം നഷ്ടപ്പെട്ട് കഴിയുമ്പോൾ ഭക്ഷണത്തിനായി ഭിക്ഷതെണ്ടേണ്ടവനായിത്തീരുന്നു. ശരിക്കും ഒരു സ്ഥിതിസമത്വവാദിയായിരിക്കുകയാണ് ഇവിടെ പൂന്താനം. മനുഷ്യന്റെ അത്യാവശ്യജീവിതാവശ്യങ്ങൾ നടത്തിക്കൊണ്ടുപോവാനുള്ള ഒരു ഇന്ധനം മാത്രമാണ് പണം. അത് നമ്മളെ ഭരിച്ച് നമ്മുടെ തലയിൽ ചവിട്ടിനില്ക്കുവാൻ അനുവദിക്കരുത് എന്ന പച്ചയായ നീതിവാക്യം.

അധികാരഭേദം

കണ്ടാലൊട്ടറിയുന്നു ചിലരിതു
കൊണ്ടാലും തിരിയാ ചിലർക്കേതുമേ
കണ്ടതൊന്നുമേ സത്യമല്ലെന്നതു
മുമ്പേ കണ്ടിട്ടറിയുന്നിതു ചിലർ.
മനുജാതിയിൽതന്നെ പലവിധം
മനസ്സിന്നു വിശേഷണമുണ്ടോർക്കണം
പലർക്കുമറിയേണമെന്നിട്ടല്ലോ
പലജാതി പറയുന്നു ശാസ്ത്രങ്ങൾ
കർമ്മത്തിലധികാരി ജനങ്ങൾക്കു
കർമ്മശാസ്ത്രങ്ങളുണ്ടു പലവിധം
സാംഖ്യശാസ്ത്രങ്ങൾ യോഗങ്ങളെന്നിവ
സംഖ്യയില്ലതു നില്ക്കട്ടെ സർവ്വവും.

ഈ യാഥാർത്ഥ്യം, കുറേ കാണുമ്പോൾ ചിലർക്ക് മനസ്സിലാവുന്നുണ്ട്-ചില സുകൃതികൾക്ക് ചില വിവേകികൾക്ക്. സമ്പത്തിന്റേയും സുഖത്തിന്റേയുമൊക്കെ അനിശ്ചിതത്വവും ക്ഷണികതയും അറിഞ്ഞിട്ടാവും നമ്മുടെ മറ്റൊരു മഹാകവി പാടിയത്-

"ഹാ! സുഖങ്ങൾ വെറും ജാലം ആരറിവൂനിയതിതൻ-
ത്രാസുപൊങ്ങുന്നതും താനേ താണുപോവതും."

എന്നാൽ, ചില അല്പജ്ഞന്മാർക്ക് അത് അനുഭവിച്ചാൽപോലും മനസ്സിലാവുന്നില്ലല്ലോ എന്നും പൂന്താനം ദുഃഖിക്കുന്നു.

അതിന്നുശേഷം കവി ലോകസ്വഭാവത്തെപറ്റി പറയുന്നു. എല്ലാവരും മനുഷ്യരാണെങ്കിലും ഒരാളും മറ്റൊരാളെപ്പോലെയല്ല. ആകൃതിയിലുമല്ലാ, പ്രകൃതിയിലുമല്ല. അവരുടെ മനഃസ്ഥിതിയും അഭിരുചിയും എല്ലാം വ്യത്യസ്തം. അതിനാൽ അവർക്കൊക്കെ അറിഞ്ഞ് സ്വീകരിക്കാനായിട്ട് ശാസ്ത്രത്തിൽ പലപല വ്യാഖ്യാനങ്ങളും ഉണ്ടായിട്ടുണ്ട്. കർമ്മത്തിൽ ശ്രദ്ധയുള്ള ജനങ്ങൾക്ക് അനുവർത്തിക്കുവാൻ പല കർമ്മശാസ്ത്രങ്ങളുമുണ്ട്. നിഷ്കാമമായി, ഫലേച്ഛ കൂടാതെ ശാസ്ത്രോക്ത കർമ്മങ്ങൾ ചെയ്യുമ്പോൾ ചിത്തശുദ്ധിയും തദ്വാരാ മോക്ഷവും ലഭിക്കുന്നു. അതല്ലാ സകാമമായിട്ടാണ് നമ്മൾ കർമ്മങ്ങൾ ചെയ്യുന്നതെങ്കിൽ

ആ കാമ്യവസ്തുക്കളും കിട്ടുന്നു. ധനം, സത്പുത്രൻ, വിദ്യ, ദാമ്പത്യം എല്ലാറ്റിനും വേറെ വേറെ കർമ്മശാസ്ത്രങ്ങളുണ്ട്. എന്നാൽ, ആ കാമ്യ കർമ്മങ്ങൾപോലും ഈശ്വരാർപ്പണമായിട്ടാണ് ചെയ്യുന്നതെങ്കിൽ കർമ്മബന്ധിതരാവുന്നുമില്ല. പിന്നെ സാംഖ്യശാസ്ത്രമുണ്ട്. "പുരുഷന് പ്രകൃതിഗുണങ്ങളോടുള്ള ബന്ധംകൊണ്ട് വന്നുചേരുന്ന കർമ്മങ്ങൾ, താൻതന്നെയാണ് ചെയ്യുന്നതെന്ന് തെറ്റിദ്ധരിക്കുന്നു" എന്നാണ് ഭഗ വദ്ഗീത ഇതിനെപ്പറ്റി പറയുന്നത്.

പതഞ്ജലി മഹർഷി കണ്ടെത്തിയ യോഗശാസ്ത്രമാണ് മറ്റൊന്ന്- യോഗശാസ്ത്രം "യോഗഃചിത്തവൃത്തി നിരോധഃ" മനോവ്യാപാരങ്ങളെ നിരോധിക്കൽ. അതും മോചനത്തിനുള്ള മാർഗ്ഗംതന്നെ. പലർക്കും ആ വഴി സ്വീകരിച്ച് മുക്തി ലഭിച്ചിട്ടുമുണ്ട്. എന്നാൽ, നമ്മുടെ ഭക്ത കവി തുറന്നുപറയുന്നു. അതൊക്കെ അവിടെ നില്ക്കട്ടെ.

അതന്വേഷിച്ച് അലയലും പിന്നെ ചിക്കിപ്പരത്തിനോക്കി രോമം കീറി പരിശോധിക്കലുമല്ല നമ്മുടെ കർത്തവ്യം. ഇന്നോ നാളെയോ ഇവിടുന്ന് എല്ലാം ഉപേക്ഷിച്ച് പെട്ടെന്ന് ഇറങ്ങിപ്പോവേണ്ട മനുഷ്യന് അതിനുള്ള സമയവും ഇല്ല.

ഏതോ നിയോഗത്താൽ അമ്മ എന്ന സ്ത്രീയുടെ ഗർഭപാത്രത്തിൽ ആദ്യം ഒരു ബീജമായും പിന്നെ ബുൽബുദമായും അണ്ഡമായും മറ്റു മറ്റും പല രൂപാന്തരങ്ങൾ കഴിഞ്ഞ് ഒരു ദിവസം ശക്തിയായ സൂതി കാവായുവിന്റെ തള്ളിച്ചയാൽ മാതൃയോനിയിലൂടെ പുറത്തു വന്ന് ഭൂമി യിൽ പതിക്കുന്ന ശിശു. മറ്റനേകം ജീവികളിൽനിന്ന് വ്യത്യസ്തനാ യിട്ട് ആ കുട്ടിക്ക് വിശേഷബുദ്ധികൂടി കൊടുത്തതെന്തിന്? ഒരു നിമിഷം ഒന്നാലോചിക്കാം.

തത്ത്വവിചാരം

ചുഴന്നീടുന്ന സംസാരചക്രത്തി-
ലുഴന്നീടും നമുക്കറിഞ്ഞീടുവാൻ
അറിവുള്ള മഹത്തുക്കളുണ്ടൊരു
പരമാർത്ഥമരുൾ ചെയ്തിരിക്കുന്നു.
എളുതായിട്ടു മുക്തിലഭിപ്പാനായ്
ചെവിതന്നിതുകേൾപ്പിനെല്ലാവരും
നമ്മെയൊക്കെയും ബന്ധിച്ച സാധനം

കർമ്മമെന്നറിയേണ്ടതു മുമ്പിനാൽ
മുന്നമിക്കണ്ടവിശ്വമശേഷവും
ഒന്നായുള്ളൊരു ജ്യോതിസ്വരൂപമായ്
ഒന്നും ചെന്നങ്ങുതന്നോടുപറ്റാതെ
ഒന്നിനും ചെന്നുതാനും വലയാതെ
ഒന്നൊന്നായി നിനയ്ക്കും ജനങ്ങൾക്കു
ഒന്നുകൊണ്ടറിവാകുന്ന വസ്തുവായ്
ഒന്നുപോലെയൊന്നില്ലാതെയുള്ളതി
നൊന്നായുള്ളൊരു ജീവസ്വരൂപമായ്
ഒന്നിലുമൊരു ബന്ധമില്ലാതെയായ്
നിന്നവൻ തന്നെ വിശ്വം ചമച്ചുപോൽ
മൂന്നുമൊന്നിലടങ്ങുന്നു പിന്നേയും
ഒന്നുമില്ലപോൽ വിശ്വം അന്നേരത്ത്.

സദാ ചുറ്റിത്തിരിയുന്ന കൂർത്തുമൂർത്ത ദംഷ്ട്രകളുള്ള ഒരു ചക്രത്തിൽപെട്ട് വലയുകയാണ്, നമ്മളൊക്കെ അനേകജന്മങ്ങൾ എടുത്തുകൊണ്ട്. ഇതിൽനിന്ന് എങ്ങനെ ഒന്ന് പുറത്തുകടക്കും? അതറിയുവാനും പ്രയോഗിക്കുവാനും പ്രാപ്തമായ വിശേഷബുദ്ധിയാണ് ഭഗവത്പ്രസാദത്താൽ മനുഷ്യന് കിട്ടിയത്. ബ്രഹ്മസൃഷ്ടിയിൽ മനുഷ്യന് മാത്രമായി കിട്ടിയ വരദാനമാണത്. അറിവുള്ള മഹാത്മാക്കൾ അത് പിൻതലമുറക്കാർക്ക് പകർന്നുതരുന്നുമുണ്ട്- ഈ കറക്കത്തിൽനിന്ന് ഊരിപ്പോവാനുള്ള സുഗമമായ മാർഗ്ഗം. അതൊന്ന് ശ്രദ്ധിച്ച് ചെവി തന്ന് കേൾക്കുവിൻ എന്ന് കവി മനുഷ്യവർഗ്ഗത്തിന് ഒട്ടാകെയായിട്ട് ഉത്ക്കണ്ഠയോടെ അപേക്ഷിക്കുകയാണ്. ഏതാണാ മാർഗ്ഗം? അദ്ദേഹം വിശദീകരിക്കുന്നു.

മുമ്പ്, ആദിയിൽ നമ്മളിപ്പോൾ കാണുന്ന ഈ വിശ്വം (ലോകം) ഒറ്റയ്ക്കൊരു തേജോഗോളമായിരുന്നു. ഒന്നിനോടും ഒരു ബന്ധവുമില്ലാതെ ഒന്നിലും ചേരാതെ വളരെക്കാലം അത് അനന്തതയിൽനിന്നു. പിന്നെ അതിൽനിന്ന് വിരാട് പുരുഷൻ ഉണ്ടായി. ആ വിരാട് പുരുഷൻ ഒരു സമയത്ത് ഉണർന്ന് പ്രവർത്തിക്കുവാൻ ഒരുങ്ങി. സത്വരജഃതമോഗുണങ്ങൾ എന്ന ത്രിഗുണങ്ങളെ ഉപയോഗിച്ച് പതിനാലു ലോകങ്ങളും അതിൽ അനേകം ജാതി ജീവികളേയും സൃഷ്ടിച്ചുകൊണ്ട് ഭൂതഭാവിവർത്തമാനങ്ങളെ തിരിക്കുകയും അപ്പോഴും ത്രിഗുണാതീതനും കാലാതീതനും ആയി നില്ക്കുകയും ചെയ്തു.

ഒന്നുകൊണ്ടു ചമച്ചൊരു വിശ്വത്തിൽ
മൂന്നായിട്ടുള്ള കർമ്മങ്ങളൊക്കെയും
പുണ്യകർമ്മങ്ങൾ പാപകർമ്മങ്ങളും
പുണ്യപാപങ്ങൾ മിശ്രമാം കർമ്മവും
മൂന്നുജാതിനിരൂപിച്ചുകാണുമ്പോൾ
മൂന്നുകൊണ്ടും തളയ്ക്കുന്നു ജീവനെ
പൊന്നിൻ ചങ്ങലയൊന്നിപ്പറഞ്ഞതിൽ
ഒന്നിരുമ്പുകൊണ്ടെന്നത്രെ ഭേദങ്ങൾ
രണ്ടിനാലുമെടുത്തു പണിചെയ്ത
ചങ്ങലയല്ലോ മിശ്രമാംകർമ്മവും
ബ്രഹ്മവാദിയായ് ഈച്ചയെറുമ്പോളം
കർമ്മബദ്ധന്മാരെന്നതറിഞ്ഞാലും
ഭൂവനങ്ങളെ സൃഷ്ടിക്കയെന്നതു
ഭുവനാന്ത്യപ്രളയം കഴിവോളം
കർമ്മപാശത്തെ ലംഘിക്കയെന്നതു
ബ്രഹ്മാവിന്നു മെളുതല്ല നിർണ്ണയം
ദിക്പാലകന്മാരുമവ്വണ്ണമോരോരോ
ദിക്കുതോറും തളച്ചുകിടക്കുന്നു
അല്പകർമ്മികളാകിയനാമെല്ലാം
അല്പകാലംകൊണ്ടോരോരോജന്തുക്കൾ
ഗർഭപാത്രത്തിൽ പുക്കുംപുറപ്പെട്ടും
കർമ്മംകൊണ്ടു കളിക്കുന്നതിങ്ങനെ

അദ്ദേഹം പിന്നേയും കർമ്മം ചെയ്യുവാൻ പ്രേരിതനായി. ഒറ്റയ്ക്കൊരു വിരാട് പുരുഷനിൽനിന്ന് ഉണ്ടായ ഈ വിശ്വത്തിൽ മൂന്നു വിധത്തിലുള്ള കർമ്മങ്ങളുണ്ടായി. പുണ്യകർമ്മം, പാപകർമ്മം, പുണ്യപാപമിശ്രമായ കർമ്മം. ഈ കർമ്മങ്ങളെക്കൊണ്ടാണ് മനുഷ്യർ ഈ ചക്രത്തിൽ കെട്ടിയിടപ്പെട്ടിരിക്കുന്നത്. സൃഷ്ടികർത്താവായ ബ്രഹ്മാവു മുതൽ ഏറ്റവും ഇങ്ങേ അറ്റത്തുള്ള അമീബവരെയുള്ള സകലജീവികളും ഈ കറക്കത്തിന് ബാധ്യസ്ഥരുമാണ്. കർമ്മബദ്ധന്മാർ തന്നെ.

പുണ്യാത്മാക്കൾ സ്വർണ്ണച്ചങ്ങലകൊണ്ടും പാപാത്മാക്കൾ ഇരുമ്പു ചങ്ങലകൊണ്ടും പുണ്യവും പാപവും ചെയ്തവർ സ്വർണ്ണവും ഇരുമ്പും

കൂടി കോർത്ത ചങ്ങലകൊണ്ടും എന്ന വ്യത്യാസമേയുള്ളൂ. ബന്ധനം ഏത് സൃഷ്ടിക്കും വിധിച്ചതാണ്. ഈ കർമ്മക്കെട്ടിനെ പൊട്ടിക്കൽ ഇതിൽപെട്ട ഒരു ജന്തുവിനും സാധിക്കുകയുമില്ല. ദിക്പാലകന്മാർ പോലും ഓരോ ചക്രങ്ങളിൽ തളച്ചിടപ്പെട്ടിരിക്കുന്നു. പ്രായേണ ആയുസ്സു കുറഞ്ഞ മനുഷ്യവർഗ്ഗം ഇങ്ങിനെ ഗർഭപാത്രത്തിൽ വീഴലും പുറത്തു വരലും ഇവിടെ ഓരോ കർമ്മംചെയ്യലും മരിക്കലും ആയിട്ട് കർമ്മം കൊണ്ട് കളിച്ചുകൊണ്ടേ ഇരിക്കുന്നു. മോചനത്തിന്റെ വഴി ആലോചിക്കുന്നതേയില്ല. എന്നാൽ, ഒരു നിശ്ചിതസമയത്ത് ആ വിരാട്പുരുഷന്റെ പ്രേരണകൊണ്ടുതന്നെ ഈ ത്രിഗുണങ്ങൾ തിരിയെ വിരാട്പുരുഷനിൽത്തന്നെ ലയിക്കുന്നുമുണ്ട്. പിന്നെ? പിന്നെ ത്രിഗുണങ്ങളില്ല- കാലമില്ല. സൃഷ്ടിയില്ല. സംഹാരവുമില്ല. സങ്കല്പങ്ങൾക്കും അതീതമായ ആ അനന്തതമാത്രം-

ജീവഗതിയെപ്പറ്റി പൂന്താനം പിന്നേയും വ്യാകുലപ്പെടുകയാണ്- സത്യം നേരിട്ട് മുന്നിൽ വന്നുനില്ക്കുന്നതു കാണുമ്പോഴുള്ള വിഹ്വലത.

ശിക്ഷാർഹരായ ദുഷ്കർമ്മികൾ കുറേക്കാലം നരകത്തിൽ കിടക്കുവാൻ വിധിക്കപ്പെടുന്നു. ഏതാണ് ദുഷ്കർമ്മം? ഏറ്റവും വലിയ ദുഷ്കർമ്മം ഈശ്വരനെ മറക്കൽതന്നെ- എന്ന് അറിവുള്ളവർ പറയുന്നു. ഓരോ മനുഷ്യരിലും അന്തര്യാമിയായിട്ട് ഈശ്വരൻ വർത്തിക്കുന്നു എന്നാണ് നമ്മുടെ വിശ്വാസം. നമ്മുടെ മനസ്സിലെ നിഗൂഢരഹസ്യങ്ങൾപോലും അറിയുവാൻ ഈശ്വരന് കഴിയും. അപ്പോൾ നമ്മൾ വിചാരിക്കുകയും പറയുകയും ചെയ്യുന്ന ഓരോ അസത്യവചനവും ഈശ്വരനെ മറക്കലും, മാറ്റിനിർത്തലും നിന്ദിക്കലും ആണ്. ഇത്തരത്തിൽ നിരന്തരം ഈശ്വരനെ മറന്ന് നിന്ദിച്ചുകഴിഞ്ഞിട്ട് പിന്നെ ദേവാലയത്തിലെ വിഗ്രഹത്തിനു മുമ്പിൽ പോയിട്ട് നമ്മൾ എന്താണ് പ്രാർത്ഥിക്കുക? ഇത് അനുഭവിച്ചറിഞ്ഞതുകൊണ്ടാവാം മഹാത്മാക്കൾ മോക്ഷമാർഗ്ഗത്തിൽ സത്യത്തിന് അഗ്രിമസ്ഥാനം തന്നെ കൊടുത്തത്. മഹാത്മാഗാന്ധി സത്യത്തെ ഉപാസിക്കുവാൻ തന്നെ തീർച്ചപ്പെടുത്തിയത്. ഈശ്വരൻ സർവ്വാന്തര്യാമിയാണ് എന്നിരിക്കെ, എന്നിലുള്ള ഈശ്വരനെപ്പോലെത്തന്നെ അന്യനിലും ഈശ്വരൻ ഉണ്ടെന്ന് തീർച്ചയാണല്ലോ. അതും നമ്മൾ അറിയേണ്ടിയിരിക്കുന്നു. അങ്ങനെയാവുമ്പോൾ അന്യന്റെ മനസ്സിനെ വേദനിപ്പിക്കലും ദുഷ്കർമ്മം തന്നെയാണ്. "ശരിയായ തിരിച്ചറിവാണ് സ്നേഹം" എന്ന് ശ്രീബുദ്ധൻ പറഞ്ഞിട്ടുണ്ട്. പലപ്പോഴും മനുഷ്യനിൽ മത്സരവും വെറുപ്പും വരുന്നത്

ഈ ശരിയായ തിരിച്ചറിവ് ഇല്ലായ്മകൊണ്ടും മത്തുപിടിച്ച ദുരഹങ്കാരവുംകൊണ്ടാണ്. അതും ഈശ്വരനിന്ദതന്നെ-ദുഷ്ക്കർമ്മം തന്നെ.

പിന്നെ ഭൂതദയ ഇല്ലായ്മ.

ഈ ഭൂമിയിലുള്ള മറ്റ് ഈശ്വരസൃഷ്ടികളൊക്കെ തന്റെ മേനിക്കൊഴുപ്പിനും സുഖലോലപതയ്ക്കുംവേണ്ടി ഉണ്ടാക്കപ്പെട്ടതാണ് എന്ന നിന്ദ്യ, മൂഢവിശ്വാസത്തിലാണ് മനുഷ്യൻ ചരിക്കുന്നത്- ഈ ഭൂമിയിൽ വന്ന് ജീവിക്കണം എന്ന് വിധിക്കപ്പെട്ടപ്പോൾ പാവം പശുവർഗ്ഗം പേടിച്ചുവിറച്ച് പറഞ്ഞുവത്രെ-

“അയ്യോ അതുവയ്യ. ആ മനുഷ്യരുടെ ഉപദ്രവം സഹിക്കാൻ വയ്യ.”

അപ്പോൾ വിധാതാവ് സമാധാനിപ്പിച്ചു- “ഭയപ്പെടേണ്ട. ഞാൻ മനുഷ്യനെക്കൊണ്ട് സത്യം ചെയ്യിച്ചിട്ടുണ്ട്. തെച്ചിപ്പൂവിന്റെ തണ്ടിലുള്ള നൂലുകൊണ്ടേ പശുവിനെ അടിക്കുള്ളൂ എന്ന്.”

ദുരമൂത്ത മനുഷ്യന് എന്ത് സത്യം? എന്ത് ധർമ്മം?

ഈശ്വരസൃഷ്ടികളിൽ എല്ലാ ജീവികൾക്കും അവനവന്റേതായ അസ്തിത്വമുണ്ട്. ബുദ്ധിമാനെന്നു നടിക്കുന്ന മനുഷ്യന് ഇല്ലാത്ത എത്രയോ അത്ഭുതസിദ്ധികൾ മറ്റു ജീവികൾക്കുണ്ട്. അത് അംഗീകരിച്ചുകൊടുക്കുകതന്നെ വേണം. അത് ചെയ്യാതിരിക്കൽ ദുഷ്കർമ്മം തന്നെയാണ്. ഹിംസയോളം വലിയ ദുഷ്കർമ്മം മറ്റേതാണ്? ഈശ്വരപ്രേരിതമായ ഈ പ്രപഞ്ചത്തെ അറിയുവാൻ ശ്രമിക്കാതിരിക്കലും തള്ളിപ്പറയലും മറ്റൊരു ദുഷ്കർമ്മം തന്നെയാണ്. അലസതയുടെ വിത്തുകളാണവ. എല്ലാ ദുഷ്ടവിചാരങ്ങളും കയറിക്കൂടുക അലസതയിൽകൂടിയാണ്. നമുക്കു കിട്ടിയ ഈ ബുദ്ധിയെ ആവോളം വലുതാക്കുവാനും അതിൽ സദ്വാസനകൾ വളർത്തി പരോപകാരാർത്ഥം ജീവിക്കുവാനും പ്രകൃതിയെ കണ്ട് പഠിക്കുകതന്നെ വേണം. അളവറ്റ ഗുണങ്ങളുടെ ഒരു കേദാരംതന്നെയാണ് പ്രകൃതീദേവി.

ഈ വിധത്തിൽ ഈശ്വരസ്മരണകൂടാതെ ജീവിക്കുന്ന ദുഷ്കർമ്മികൾ നരകയാതന അനുഭവിക്കുവാൻ വിധിക്കപ്പെടുന്നു.

ജീവഗതി

നരകത്തിൽക്കിടക്കുന്ന ജീവൻപോയ്
ദുരിതങ്ങളൊടുങ്ങി മനസ്സിന്റെ
പരിപാകവും വന്നു ക്രമത്താലെ
നരജാതിയിൽ വന്നു പിറന്നിട്ടു

സുകൃതം ചെയ്തു മേല്പോട്ടുപോയവർ
സ്വർഗ്ഗത്തിങ്കലിരുന്നു സുഖിക്കുന്നു.
സുകൃതങ്ങളുമൊക്കെയൊടുങ്ങുമ്പോൾ
പരിപാകവുമെള്ളോളമില്ലാതായ്
പരിചോടങ്ങിരുന്നിട്ടു ഭൂമിയിൽ
ജാതരായ്; ദുരിതം ചെയ്തു ചത്തവർ
വന്നൊരദ്ദുരിതത്തിൻ ഫലമായി
പിന്നെപ്പോയ് നരകങ്ങളിൽ വീഴുന്നു.
സുരലോകത്തിൽനിന്നൊരു ജീവൻപോയ്
നരലോകേ മഹീസുരനാകുന്നു.
ചണ്ഡകർമ്മങ്ങൾ ചെയ്തവൻ ചാകുമ്പോൾ
ചണ്ഡാലകുലത്തിങ്കൽപ്പിറക്കുന്നു.
അസുരന്മാർ സുരന്മാരായീടുന്നു
അമരന്മാർ മരങ്ങളായീടുന്നു
അജം ചത്തു ഗജമായ് പിറക്കുന്നു
ഗജം ചത്തങ്ങജവുമായീടുന്നു
നരി ചത്തു നരനായ് പിറക്കുന്നു
നാരി ചത്തുടനോരിയായ് പോകുന്നു
കൃപകൂടാതെ പീഡിപ്പിച്ചീടുന്ന
നൃപൻ ചത്തു കൃമിയായ് പിറക്കുന്നു
ഈച്ച ചത്തൊരു പൂച്ചയായീടുന്നു
ഈശ്വരന്റെ വിലാസങ്ങളിങ്ങനെ
കീഴ്മേലിങ്ങിനെ മണ്ടുന്ന ജീവന്മാർ
ഭൂമിയീന്നത്രെ നേടുന്നു കർമ്മങ്ങൾ
സീമയില്ലാതോളം പല കർമ്മങ്ങൾ
ഭൂമിയീന്നത്രെ നേടുന്നു ജീവൻമാർ.
അങ്ങനെ ചെയ്തു നേടി മരിച്ചുട-
നന്യലോകങ്ങളോരോന്നിലോരോന്നിൽ
ചെന്നിരുന്നു ഭുജിക്കുന്നു ജീവൻമാർ
തങ്ങൾ ചെയ്തൊരു കർമ്മങ്ങൾ തൻഫലം.
ഒടുങ്ങീടും അതൊട്ടുനാൾ ചെല്ലുമ്പോൾ

ഉടനെ വന്നു നേടുന്നു പിന്നെയും
തന്റെ തന്റെ ഗൃഹത്തിങ്കൽ നിന്നുടൻ
കൊണ്ടുപോന്ന ധനം കൊണ്ടുനാമെല്ലാം
മറ്റെങ്ങാനുമൊരേടത്തിരുന്നിട്ടു
വിറ്റൂണെന്നു പറയും കണക്കിനെ.

ദുഷ്കർമ്മികളായവർ അവരുടെ ദുരിതങ്ങൾ അനുഭവിച്ചുതീർന്ന് മരിച്ചുകഴിഞ്ഞാൽ പിന്നേയും മനുഷ്യജന്മമെടുക്കുന്നു. അവർ പിന്നെ സുകൃതം ചെയ്ത് സ്വർഗ്ഗീയസുഖം അനുഭവിക്കുന്നു. ആ സുകൃതങ്ങളൊടുങ്ങുമ്പോൾ പിന്നേയും ദുരിതമായി, നരകവേദനകളായി. ഇതിങ്ങനെ നിരന്തരം ആവർത്തിയ്ക്കയും ചെയ്യുന്നു. ചിലപ്പോൾ സുരലോകത്തിൽ നിന്നൊരാൾ നരലോകത്തിൽ വന്ന് പിറക്കുന്നു. അസുരന്മാരാവട്ടെ, ഒരു നിർണ്ണായകമുഹൂർത്തത്തിൽ ആസുരവൃത്തികൾ ഉപേക്ഷിച്ച് സുരൻമാരും ആയിത്തീരുന്നു.

കുറ്റിച്ചെടികളിൽനിന്ന് ഇലകൾ കടിച്ചുതിന്ന് നടക്കുന്ന മെലിഞ്ഞ കുഞ്ഞാട് മരിച്ചശേഷം പിന്നെ ജന്മമെടുക്കുക ഒരു ഭീമാകാരനായ ആനയായിട്ടാവും. മറ്റൊരിക്കൽ ആന മരിച്ച് ആടായിട്ടും ജനിക്കുന്നു. കുറ്റം തെളിയിക്കുവാനെന്ന പേരും പറഞ്ഞ് മനുഷ്യരെ ക്രൂരമായി ദണ്ഡിപ്പിക്കുന്ന ന്യായാധിപൻ ചത്ത് മണ്ണടിഞ്ഞാൽ പിന്നെ ജനിക്കുന്നത് ചിലപ്പോൾ വെറും ക്രിമിയുടെ ജന്മമെടുത്തിട്ടാവും.

ഇത്തരത്തിൽ ഇവിടെ, ഈ ഭൂമിയിൽ നിമിഷംപ്രതി നടക്കുന്ന ജനനമരണങ്ങളുടെ അനിശ്ചിതത്വവും സാധാരണ ദൃഷ്ട്യാ കാണുന്ന നീതികേടും ഇതിന്റേയൊക്കെ ഇടയിലൂടെ ഊളിയിട്ടുനടന്ന് പ്രവർത്തിപ്പിച്ച് എല്ലാറ്റിന്റേയും മീതെ വിജിഗീഷുവായി വർത്തിക്കുന്ന ഈശ്വരവിലാസങ്ങളും അത്ഭുതാദരങ്ങളോടെ നോക്കിക്കാണുകയാണ് ഭക്തകവിയായ പൂന്താനം. ഈ സാംസാരികനീക്കങ്ങളും പ്രമാണിത്തങ്ങളും നിസ്സഹായതകളും ഉച്ചനീചത്വങ്ങളും എല്ലാം ഒരു തോല്പ്പാവകളിയാണെന്ന് നമ്മളെ ബോധ്യപ്പെടുത്തുന്നു. ആരോ പിന്നിൽനിന്ന് ചരടു വലിക്കുമ്പോൾ തുള്ളിയാടുന്ന പാവക്കളി. ഈ പാവകൾ ആവട്ടെ, ഭൂമിയെന്ന മഹാനാടകശാലയിൽമാത്രമേ ആടിത്തിമർക്കുന്നുള്ളൂ. അവർക്ക് ധാരാളം പ്രശംസകളും സമ്മാനങ്ങളും ഇവിടെനിന്ന് ലഭിക്കുന്നു. എന്നാൽ, അത് - ആ സമ്പാദ്യങ്ങൾ - അനുഭവിക്കുവാനായി അവർക്ക് കാലയവനികയിൽ മറഞ്ഞ് മറ്റൊരു അരങ്ങ് അന്വേഷിക്കേണ്ടതായും വരുന്നു - ഒരു വിറ്റൂണുപോലെ.

ഭാരതമഹിമ

കർമ്മങ്ങൾക്കു വിളഭൂമിയാകിയ
ജൻമദേശമിഭൂമിയറിഞ്ഞാലും
കർമ്മനാശം വരുത്തേണമെങ്കിലും
ചെമ്മേ മറ്റെങ്ങും സാധിയാ നിർണ്ണയം.
ഭക്തന്മാർക്കും മുമുക്ഷു ജനങ്ങൾക്കും
സക്തരായ വിഷയീ ജനങ്ങൾക്കും
ഇച്ഛിച്ചീടുന്നതൊക്കെക്കൊടുത്തിടും
വിശ്വമാതാവു ഭൂമി ശിവ ശിവ!
വിശ്വനാഥന്റെ മൂലപ്രകൃതിതാൻ
പ്രത്യക്ഷേണ വിളങ്ങുന്നു ഭൂമിയായ്.
അവനീതല പാലനത്തിന്നല്ലോ
അവതാരങ്ങളും പലതോർക്കുമ്പോൾ
അതുകൊണ്ടു വിശേഷിച്ചും ഭൂലോകം
പതിന്നാലിലുമുത്തമമെന്നല്ലോ.
വേദവാദികളായ മുനികളും
വേദവും ബഹുമാനിച്ചു ചൊല്ലുന്നു
ലവണാംബുധി മദ്ധ്യേ വിളങ്ങുന്ന
ജംബുദ്വീപൊരു യോജനലക്ഷവും
സപ്തദ്വീപുകളുണ്ടതിലെത്രയും
ഉത്തമമെന്നു വാഴ്ത്തുന്നു പിന്നെയും
ഭൂപദ്മത്തിന്നു കർണ്ണികയായിട്ടു
ഭൂധരേന്ദ്രനതിലല്ലോ നില്ക്കുന്നു
ഇതിലൊമ്പതു ഖണ്ഡങ്ങളുണ്ടല്ലോ
അതിലുത്തമം ഭാരതഭൂതലം

സമ്മതരായ മാമുനിശ്രേഷ്ഠന്മാർ
കർമ്മക്ഷേത്രമെന്നല്ലോ പറയുന്നു
കർമ്മബീജമതിന്നു മുളയ്ക്കേണ്ടു
ബ്രഹ്മലോകത്തിരിക്കുന്നവർകൾക്കും
കർമ്മബീജം വരട്ടിക്കളഞ്ഞുടൻ
ജൻമനാശം വരുത്തേണമെങ്കിലും
ഭാരതമായ ഖണ്ഡമൊഴിഞ്ഞുള്ള
പാരിലെങ്ങുമെളുതല്ല നിർണ്ണയം.
അത്ര മുഖ്യമായുള്ളൊരു ഭാരത-
മിപ്രദേശമെന്നെല്ലാരുമോർക്കണം.

അത്രത്തോളം നോക്കി കണ്ടുകൊണ്ടിരിക്കുമ്പോൾ കവിക്ക് കലശലായ ദേശസ്നേഹം വരികയാണ്. ജന്മഭൂമിയായ ഭാരതത്തിന്റെ മഹിമയിൽ അഭിമാനവുമുണ്ടാവുന്നു. എന്നാൽ, പൂന്താനം കാണുന്ന ഭാരതഭൂമി കേവലം കാശ്മീരം മുതൽ കന്യാകുമാരിവരെയുള്ള കുറച്ച് ചതുരശ്ര സ്ഥലമല്ല. 'ഏഴാഴി ചൂഴുന്ന ഭൂമി'യെയാണ് അദ്ദേഹം ഭാരതമായി കരുതുന്നത്. പണ്ട് ധർമ്മിഷ്ഠരായ രാജാക്കന്മാർ പരിപാലിച്ചിരുന്ന വിശിഷ്ടഭൂമി. കവി പാടുകയാണ് തന്റെ ജന്മഭൂമിയെപ്പറ്റി വീണ്ടും: കർമ്മങ്ങളെ വിളയിക്കുകയും അതിൽ ജീവികളെ ബന്ധിച്ചിടുകയും ചെയ്യുന്ന ഈ ഭൂമിയിൽത്തന്നെയാണ് ആ ബന്ധനം അറുത്തിടാനുള്ള ആയുധവും ഉപായങ്ങളും ഉള്ളത്. ഈ ഭൂമിക്കുമാത്രമായി ഉള്ള സിദ്ധിയാണത്. കർമ്മനാശം വരുത്തുവാൻ ആഗ്രഹിക്കുന്നവർക്ക് വേറെ എവിടെ നിന്നും അത് സാധിക്കുകയും ഇല്ല എന്ന് തീർച്ചയാണ്. കാരണം, ഈ ഭൂമി വെറുമൊരു ഭൂപ്രദേശം മാത്രമല്ലാ. വിഷയസുഖങ്ങളിൽ രമിക്കുവാൻ ആസക്തിയുള്ളവർക്കും ഭഗവത്ഭക്തന്മാർക്കും മാത്രമല്ല, മഹാജ്ഞാനികൾക്കും മോക്ഷംമാത്രം ലക്ഷ്യമിടുന്ന സർവ്വസംഗപരിത്യാഗികൾക്കും എല്ലാതരക്കാർക്കും അവരവരാഗ്രഹിക്കുന്നത് പ്രാപ്തമാക്കുന്ന വിശ്വമാതാവാണ് ഈ ഭൂമി. വിശ്വനാഥന്റെ യഥാർത്ഥമൂലപ്രകൃതി പ്രത്യക്ഷമായിത്തന്നെ വിളങ്ങുകയാണിവിടെ. അതൊന്ന് നോക്കിക്കണ്ട് അറിയണമെന്നേയുള്ളൂ. ഈ ഭൂമിയെ സമ്പത്സമൃദ്ധയും സംസ്കാരസമ്പന്നയും രത്നഗർഭയും ആക്കുവാനാണിവിടെ അനേകം മഹാത്മാക്കളുടെ അവതാരങ്ങളുണ്ടായത്. വേദവാദികളായ മുനിശ്രേഷ്ഠന്മാർ, സമസ്തലോകത്തിന്റേയും സുഖത്തിനും സമാധാന

ത്തിനുമായിക്കൊണ്ട് നിരന്തരം വേദഘോഷം മുഴക്കുന്നത് ഈ ഭൂമിയിൽ ഇരുന്നിട്ടാണ്.

ഈ ഭൂമി എവിടെ കിടക്കുന്നു എന്നല്ലേ? പറയാം. വ്യക്തമാക്കാം. കരകാണാത്ത ഉപ്പുസമുദ്രത്തിന് മദ്ധ്യത്തിലായിട്ടാണ് സപ്തദ്വീപ് സമൂഹം. അതിൽ ലക്ഷം യോജന വിസ്തീർണ്ണവും എല്ലാംകൊണ്ടും ഉത്തമവും ആയതാണ് ജംബുദ്വീപ്. ഒമ്പത് ഖണ്ഡങ്ങളുള്ള താമരയുടെ ആകൃതിയുള്ള ഇതിന്റെ ഒത്ത നടുവിലെ കർണ്ണികയായിട്ട് (ബീജമൂലം) ഉത്തുംഗനായി വിശ്രുതനായ മഹാമേരു പർവ്വതം നില്ക്കുന്നു. ഈ ഒമ്പതുഖണ്ഡങ്ങളിൽ ഏറ്റവും വിശിഷ്ടമായതാണ് ഭാരതഖണ്ഡം. സർവ്വസമ്മതരായ മഹർഷിശ്രേഷ്ഠന്മാർ ഇതിനെ കർമ്മക്ഷേത്രം എന്നാണ് പറയുന്നത്. ക്ഷേത്രം= ദേവാലയം, വയൽ, മനസ്സ്...

ഇവിടെ കർമ്മത്തിന്റെ വിത്ത് മുളയ്ക്കുന്നു. അത് വളർന്ന് വലുതാവുന്നു. എന്നാൽ, ആ കർമ്മബീജം ചുട്ടുകരിയിച്ചുകളയുവാനും വീണ്ടും വീണ്ടും ഉള്ള ഈ ജന്മസ്വീകാരത്തിൽനിന്നു വിട്ടുപോന്ന് സ്വതന്ത്രമാവാനും ഈ ഭൂമിയിൽ മാത്രമെ സംവിധാനമുള്ളു. ബ്രഹ്മലോകത്തെത്തിയവർക്കായാലും കർമ്മം ചെയ്യുവാനും കർമ്മബന്ധത്തിൽനിന്ന് വിട്ടുപോരാനും ഇവിടെ എത്തുകതന്നെ വേണം. അത് തീർച്ചയായ കാര്യമാണ്. ഇക്ഷ്വാകുവംശത്തിലെ അതിപ്രഗത്ഭനായ രാജാവായിരുന്നു ഖട്വാംഗൻ. അദ്ദേഹം ദേവന്മാരുടെകൂടി സുഹൃത്തായിരുന്നു. ഒരു തവണ ദേവാസുരയുദ്ധം വന്നപ്പോൾ ദേവേന്ദ്രൻ സഹായം ആവശ്യപ്പെട്ടതിനാൽ ഖട്വാംഗൻ ദേവലോകത്തിൽപോയി യുദ്ധത്തിൽ ദേവന്മാരെ സഹായിച്ച് അസുരന്മാരോട് യുദ്ധം ചെയ്ത് യുദ്ധത്തിൽ ജയിച്ചു. ദേവന്മാർ സംതൃപ്തരായി ഖട്വാംഗനെ കുറേദിവസംകൂടി അതിഥിയായിട്ട് ദേവലോകത്തിൽ പിടിച്ചുനിർത്തി. ഒരു ദിവസം ദേവേന്ദ്രൻ ചോദിച്ചു- "അങ്ങയ്ക്ക് ഞാൻ എന്ത് സഹായമാണ് ചെയ്തു തരേണ്ടത്?"

ഖട്വാംഗൻ ആലോചിക്കാതെത്തന്നെ പറഞ്ഞു-

"എനിക്കിനി എത്ര ആയുസ്സുണ്ട് എന്നറിഞ്ഞാൽ കൊള്ളാം."

ചിത്രഗുപ്തൻ ഉടനെ അറിയിച്ചു- "അയ്യോ, മൂന്നേമുക്കാൽ നാഴികയേ അങ്ങയ്ക്കിനി ജീവിതമുള്ളൂ."

അപ്പോൾ ഖട്വാംഗൻ ബദ്ധപ്പെട്ട് ഉടനെ പറഞ്ഞു-

"എങ്കിൽ എനിക്കീ നിമിഷത്തിൽ ഭാരതഖണ്ഡത്തിൽ എത്തണം."

ഉടനെ ദേവേന്ദ്രൻ രാജാവിന്റെ ആഗ്രഹം നിറവേറ്റിക്കൊടുത്തു. രാജാവ് ഭൂമിയിലെത്തി. യോഗാസനത്തിലിരുന്നു. മോക്ഷപ്രാപ്ത നാവുകയും ചെയ്തു. സ്വർഗ്ഗഭൂമിയിൽ മോക്ഷത്തിന്നുള്ള സംവിധാന മില്ല എന്ന് രാജാവിന്നറിയാമായിരുന്നു. മോക്ഷകവാടത്തിൽ നാല് കാവ ല്ക്കാരുണ്ട്- ശമം, വിചാരം, സന്തോഷം, സാധുസംഗമം. അതറിഞ്ഞ് അതിനെ അനുശീലിച്ചവനായിരുന്നു ഖട്വാംഗൻ എന്ന ധരണീശൻ. അതുകൊണ്ടാണ് ഈ ഭാരതഖണ്ഡം അത്രയ്ക്ക് പ്രധാനപ്പെട്ടതും ശ്രേയസ്കരവും ആയിത്തീർന്നത്. ഈ കാര്യം ആരും മറക്കുകയോ, കേട്ടില്ലെന്ന് നടിക്കുകയോ ചെയ്യരുത് എന്നുകൂടി പൂന്താനം നമ്മളെ അറിയിക്കുന്നു.

യുഗംനാലിലും നല്ലൂകലിയുഗം
സുഖമേ തന്നെ മുക്തിവരുത്തുവാൻ
കൃഷ്ണ! കൃഷ്ണ! മുകുന്ദ ജനാർദ്ദനാ!
കൃഷ്ണ ഗോവിന്ദ രാമാ എന്നിങ്ങനെ
തിരുനാമ സങ്കീർത്തനമെന്നിയെ
മറ്റില്ലേതുമേ യത്നമറിഞ്ഞാലും
അതു ചിന്തിച്ചുമറ്റുള്ള ലോകങ്ങൾ
പതിമ്മൂന്നിലുമുള്ള ജനങ്ങളും
മറ്റു ദ്വീപുകളാറിലുമുള്ളോരും
മുക്തി തങ്ങൾക്കു സാധ്യമല്ലായ്കയാൽ
കലികാലത്തെ ഭാരതഖണ്ഡത്തെ
കലിതാദരം കൈവണങ്ങീടുന്നു.
അതിൽവന്നൊരു പുല്ലായിട്ടെങ്കിലും
ഇതുകാലം ജനിച്ചുകൊണ്ടീടുവാൻ
യോഗ്യത വരുത്തീടുവാൻ തക്കൊരു
ഭാഗ്യം പോരാതെ പോയല്ലോ ദൈവമേ!
ഭാരതഖണ്ഡത്തിങ്കൽ പിറന്നൊരു
മാനുഷർക്കും കലിക്കും നമസ്കാരം
എന്നെല്ലാം പുകഴ്ത്തീടുന്നു മറ്റുള്ളോർ
എന്നതെന്തിനു നാം പറഞ്ഞീടുന്നു?

ചതുർയുഗങ്ങളിൽ (കൃതം, ത്രേതാ, ദ്വാപര, കലി) വച്ച് ഏറ്റവും പ്രാമുഖ്യമുള്ളത് കലിയുഗത്തിനാണ് എന്ന് പൂന്താനം പറയുന്നു. അതെങ്ങനെ ശരിയാവും? എല്ലാ ദുർവാസനകളും ഉണ്ടാവുന്നതും നടപ്പാവുന്നതും കലിയുഗത്തിലാണല്ലോ. യുഗാധിപനായ കലിതന്നെ തിന്മയുടെ അവതാരമാണ് എന്നും പറയുന്നു. സത്യം, സ്നേഹം, ദയ, ഔദാര്യം തുടങ്ങിയ സദ്ഗുണങ്ങളൊന്നും കലിക്ക് കേൾക്കാൻതന്നെ വയ്യ. എന്നിട്ടും എന്തേ ധർമ്മിഷ്ഠനും ശ്രീകൃഷ്ണപരമാത്മാവിന്റെ പ്രത്യക്ഷാനുഗ്രഹം ലഭിച്ചവനുമായ പരീക്ഷിത്ത് രാജാവ് തന്റെ കൈയിൽ കിട്ടിയ കലിയെ വെട്ടിക്കൊല്ലുവാനായി വാളുയർത്തിയിട്ടും കലിയെ കൊല്ലാതെ, ആയുധം പ്രയോഗിക്കാതെ വെറുതെ വിട്ടത്? പരീക്ഷിത്ത് മഹാരാജാവ് ദിഗ്വിജയം നടത്തി പ്രജകളുടെ ക്ഷേമം അന്വേഷിച്ച് ഗ്രാമത്തിലൂടെ നടക്കുമ്പോഴാണ് ആ ക്രൂരകർമ്മം കണ്ണിൽപെട്ടത്. മൂന്നു കാലും ഒടിഞ്ഞ് പരവശനായി നില്ക്കുന്ന ഒരു പാവം കാളയെ ഒരു നികൃഷ്ടൻ വീണ്ടും വീണ്ടും അടിക്കുന്നു. അടുത്തുനിന്ന് കണ്ണീരൊഴുക്കുന്ന ഒരു സാധു പശുവിനേയും ആ ക്രൂരൻ മർദ്ദിക്കുകയാണ്. തന്റെ രാജ്യത്തിൽ ഇങ്ങനെ ഒരു അധർമ്മം നടക്കുകയോ? അദ്ദേഹം ഉറയിൽനിന്ന് ഉടനെ വാളെടുത്തു. അക്രമിയെ വെട്ടുവാൻ ഓങ്ങി. അപ്പോൾ പേടിച്ചുവിറച്ചുകൊണ്ട് അയാൾ പറഞ്ഞു- "ഞാൻ കലിയാണ്." കലിയായാലും അധർമ്മിയെ കൊല്ലുകതന്നെ എന്ന് വിചാരിച്ചു. പെട്ടെന്നാണ് ഓർമ്മവന്നത്. ദുഷ്ടനെങ്കിലും കലിക്ക് ചില അനുഗ്രഹങ്ങൾ കിട്ടിയിട്ടുണ്ടല്ലോ. അനന്തമായ കാലത്തിനെ അളന്നുവയ്ക്കുന്ന ചതുർയുഗങ്ങളിൽ കൃതയുഗത്തിൽ ഏകാന്തധ്യാനം കൊണ്ടും ത്രേതായുഗത്തിൽ യജ്ഞാദികർമ്മങ്ങളാലും ദ്വാപരത്തിൽ പൂജകൊണ്ടും ഭഗവാനെ ഉപാസിക്കുമ്പോൾ കിട്ടുന്ന ഫലം കലിയുഗത്തിൽ കീർത്തനംകൊണ്ട് കിട്ടുന്നു. മാത്രമല്ല, നല്ല പ്രവൃത്തി കുറച്ചു ചെയ്താൽത്തന്നെ കലിയുടെ യുഗത്തിൽ സദ്ഫലങ്ങൾ പെട്ടെന്ന് ലഭിക്കും. ജനങ്ങൾക്ക് കിട്ടുന്ന ഇത്ര നല്ല അവസരം ഇല്ലാതാക്കരുതല്ലോ എന്ന് രാജാവിന് തോന്നി. (അതുകൊണ്ടാണ് കലിയെ കൊല്ലാതെ വിട്ടത് എന്ന് ശ്രീമഹാഭാഗവതം പറയുന്നു) എന്നാലും പറഞ്ഞു- "കലി, യുഗാധിപതിയാണ് എന്നത് ശരിതന്നെ. പക്ഷേ, അധർമ്മിഷ്ഠനായ നിന്നെ എന്റെ രാജ്യത്തിൽ കണ്ടുപോകരുത്. പക്ഷേ, കലി ചോദിച്ചു-

"ഈ ഭൂമി മുഴുവൻ അങ്ങയുടേതാണല്ലോ. ഞാനെവിടെ പോവും?"

അപ്പോൾ രാജാവ് അധർമ്മി ഇരിക്കേണ്ട സ്ഥാനം പറഞ്ഞു കൊടുത്തു- "ചൂതുകളി, മദ്യപാനം, വധം,പരദാര പ്രവേശം. അതിനാൽ, കലിയുഗത്തിൽ ജീവിക്കുന്ന മനുഷ്യർ ഭാഗ്യവാന്മാരാണ് എന്ന് പൂന്താനം പറയുന്നു. കാരണം, തിരുനാമസങ്കീർത്തനങ്ങൾ കൊണ്ടു തന്നെ വേഗം മുക്തി ലഭിക്കുമല്ലോ. കൃഷ്ണാ, കൃഷ്ണാ എന്ന് ഉള്ളിൽ ത്തട്ടി ഉറക്കെ ജപിക്കൽ എത്ര സുഖമുള്ളതാണ്! എളുപ്പത്തിൽ മോക്ഷം കിട്ടുന്നതുമാണ്. യജ്ഞങ്ങളിൽവച്ച് ജപയജ്ഞമാണ് ഞാൻ എന്ന് ഭഗ വദ്ഗീതയിൽ ഭഗവാനും പറയുന്നുണ്ട്. മറ്റു യജ്ഞങ്ങളേക്കാൾ ജപ യജ്ഞം ശ്രേഷ്ഠമാണ് എന്ന് ശ്രീശങ്കരാചാര്യരും പ്രകീർത്തിക്കുന്നുണ്ട്.

തുഞ്ചത്താചാര്യൻ കുറേക്കൂടി ഉറപ്പിക്കുന്നുണ്ട് 'ഹരിനാമ കീർത്തന'ത്തിൽ-

ഉള്ളിൽ കനത്ത മദമാത്സര്യമെന്നിവക-
ളുള്ളോരുകാലമിദമെന്നാകിലും വഴിയെ
ചൊല്ലുന്നതാരു തിരുനാമങ്ങളന്നവനു
നല്ലൂഗതിക്കു വഴിനാരായണായനമഃ
ഊരിന്നുവേണ്ട ചില ഭാരങ്ങൾ വേണ്ടതിനു
നീരിന്നുവേണ്ട നിജദാരങ്ങൾ വേണ്ടതിനു
നാരായണാച്യുതഹരേ! എന്നതിന്നൊരുവർ
നാവൊന്നെ വേണ്ടു ഹരി നാരായണായ നമഃ

ഈ ഒരു സദ്ഫലം അറിഞ്ഞിട്ട് മറ്റ് പതിമ്മൂന്നു ലോകത്തിലും ആറു ദ്വീപുകളിലും എട്ടു ഖണ്ഡങ്ങളിലും ഉള്ള ജനങ്ങൾ പുണ്യഭൂമി യായ ഭാരതഖണ്ഡത്തെ പൂർണ്ണമനസ്സാലെ ആദരവോടെ വണങ്ങുക യാണ്, തങ്ങൾക്ക് ഇങ്ങനെ മുക്തി ലഭിക്കുന്നില്ലല്ലോ എന്ന് ഖേദിക്കുക യാണ്. ഇവർക്ക് ഈ ഭാഗ്യം ഉണ്ടാവുന്നുണ്ടല്ലോ എന്ന് അത്ഭുതപ്പെടു കയാണ്. ഈ പുണ്യഭൂമിയിൽ ഒരു പുല്ലായിട്ടെങ്കിലും ജനിക്കാനുള്ള യോഗ്യതയുണ്ടാക്കിത്തരണേ ഭഗവാനേ എന്ന് പ്രാർത്ഥിക്കുകയാണ്. ഭാരതഖണ്ഡത്തിൽ പിറന്ന് വസിക്കുന്ന മനുഷ്യർക്കും യുഗാധിപനായ കലിക്കും നമസ്കാരം എന്നുവരെ അവർ പുകഴ്ത്തുകയാണത്രെ.

ഇത്രത്തോളമൊക്കെ പറഞ്ഞിട്ട് കവി സ്വയം ഉറപ്പിക്കുന്നു- മറ്റുള്ള വർ എന്തു പറയുന്നു എന്നതല്ലാ, നമ്മൾ എന്തനുഭവിക്കുന്നു എന്ന താണ് കാര്യം. നമ്മളെന്തിന് മറ്റുള്ളവരുടെ ഇംഗിതങ്ങൾ പറയുന്നു?

എന്തിന്റെ കുറവ്?

കാലമിന്നു കലിയുഗമല്ലയോ?
ഭാരതമി പ്രദേശവുമല്ലയോ?
നമ്മളെല്ലാം നരന്മാരുമല്ലയോ?
ചെമ്മെനന്നായ് നിരൂപിപ്പിനെല്ലാരും
ഹരിനാമങ്ങളില്ലാതെ പോകയോ?
നരകങ്ങളിൽ പേടി കുറകയോ?
നാവുകൂടാതെ ജാതൻമാരാകയോ?
നമുക്കിന്നി വിനാശമില്ലായ്കയോ?
കഷ്ടം കഷ്ടം നിരൂപണം കൂടാതെ
ചുട്ടുതിന്നുന്നു ജന്മം പഴുതെ നാം.

കലികാലത്തിൽ ഭാരതഖണ്ഡത്തിൽ പിറന്ന സ്വന്തം ആളുകളുടെ അവസ്ഥ എന്താണ് എന്ന് നോക്കാൻ പറയുകയാണ് പൂന്താനം. ഏതു നല്ല പ്രവർത്തിക്കും അപ്പപ്പോൾത്തന്നെ ഇരട്ടിഫലം കിട്ടുന്ന കലി കാലമല്ലേ ഇത്? അന്യഭൂഖണ്ഡത്തിലുള്ളവർപോലും ഇവിടെവന്ന് ജനിക്കുവാനും ജപയജ്ഞം ചെയ്ത് പുണ്യംനേടി സംസാരമോചനം കൈവരിക്കുവാനും ആഗ്രഹിക്കുന്ന, കൊതിക്കുന്ന വിശിഷ്ടമായ ഭാരതഖണ്ഡത്തിലല്ലേ നമ്മളൊക്കെ വസിക്കുന്നത്? ബുദ്ധിയും മനസ്സും ചിന്താശക്തിയും സാമാന്യജ്ഞാനവും എല്ലാമുള്ള മനുഷ്യരല്ലേ നമ്മളൊക്കെ? ഈ കാര്യങ്ങളൊക്കെ ഭാരതഖണ്ഡനിവാസികൾ വ്യക്തമായി, ശക്തിയായി ആലോചിക്കേണ്ട കാലം വൈകിയിരിക്കുന്നു. അതല്ലെങ്കിൽ, ഞാൻ ചോദിക്കട്ടെ?

കവി അടക്കാൻ വയ്യാത്ത ഉദ്വേഗത്തോടെ കൈയും കലാശവുമായിട്ട്, കൺമുന്നിലൂടെ നീങ്ങുന്ന ജനിച്ചും മരിച്ചും കഴിയുന്ന ജനസഹസ്രങ്ങളോട് ചോദിക്കുകയാണ്-

നിങ്ങളുടെ ഈ പോക്ക് എങ്ങോട്ടുള്ളതാണ്?

ഇങ്ങനെ തീറ്റയും കുടിയും മൈഥുനവും ഉറക്കവും മാത്രമായിട്ട് ജീവിതം കഴിച്ചാൽ മതിയോ? ഏതു ദുഷിച്ച മാർഗ്ഗം സ്വീകരിച്ചിട്ടും പണമുണ്ടാക്കുക എന്ന ഒരൊറ്റ ലക്ഷ്യമേ ജീവിതത്തിൽ നിങ്ങൾക്കുള്ളൂ എന്നാണോ? നിങ്ങൾക്കിനി അനുഭവിക്കേണ്ടിവരുന്ന നരകാവസ്ഥയെ പ്പറ്റി ഒട്ടുംതന്നെ പേടിയില്ലാതെയിരിക്കുന്നുവോ? അതോ, കല്പാന്തം വരെ നിങ്ങൾക്കിവിടെനിന്നും കുടിച്ചും കൂത്താടിയും മേനിനടിച്ചും കഴിയാം എന്ന മിഥ്യാധാരണയാണോ? മറ്റെല്ലാവരും മരിച്ചാലും ഞാൻ മാത്രം മരിക്കില്ല എന്ന അന്ധമായ വ്യാമോഹത്തിലാണോ നിങ്ങൾ ഓരോരുത്തരും? അതോ, നിങ്ങൾ നാവില്ലാതെ ജനിച്ചവരാണോ? നിങ്ങൾക്ക് സംസാരശേഷിയില്ലാഞ്ഞിട്ടാണോ? ജപിക്കുവാൻ ഹരിനാമ ങ്ങൾ ഇല്ലാതെയായോ? കഷ്ടം, നിങ്ങളെന്താണ് കാര്യത്തിന്റെ ഗൗരവം മനസ്സിലാക്കാത്തത്? എത്രയോ കാലത്തെ അലച്ചിലും അനാഥത്വവും കഴിഞ്ഞ് പരമമായ ഈശ്വരകൃപകൊണ്ട് കിട്ടിയതാണ് ഈ ജന്മം. ഹൃദയ ത്തിൽ ഭഗവദാരാധനയും നാവിൽ തിരുനാമജപവുംകൊണ്ട് ഈ സംസാരസമുദ്രം തുഴഞ്ഞ് കരകയറാനുള്ള തോണിയാണീ മനുഷ്യ ജന്മം. അത് ഒട്ടും മനസ്സിലാക്കാതെ ദുർവൃത്തികളിൽകൂടി സർവ്വനാശ ത്തിന്റെ വഴിയിലേക്കു നീങ്ങിയിട്ട് ഈ ജന്മം വെറുതെ ചുട്ടുതിന്നുക യാണല്ലോ നിങ്ങൾ ചെയ്യുന്നത്. കഷ്ടം, കഷ്ടം.

മനുഷ്യജന്മം ദുർല്ലഭം

എത്ര ജന്മം പ്രയാസപ്പെട്ടിക്കാലം
അത്രവന്നു പിറന്നു സുകൃതത്താൽ
എത്ര ജന്മം മലത്തിൽ കഴിഞ്ഞതും
എത്ര ജന്മങ്ങൾ മണ്ണിൽ കഴിഞ്ഞതും.
എത്ര ജന്മം ജലത്തിൽ കഴിഞ്ഞതും
എത്ര ജന്മം മരങ്ങളായ് നിന്നതും
എത്ര ജന്മം അരിച്ചുനടന്നതും
എത്ര ജന്മം മൃഗങ്ങൾ പശുക്കളായ്
അതുവന്നിട്ടിവണ്ണം ലഭിച്ചൊരു
മർത്ത്യജന്മത്തിൻമുമ്പെ കഴിച്ചുനാം.
എത്രയും പണിപ്പെട്ടിങ്ങുമാതാവിൻ
ഗർഭപാത്രത്തിൽ വീണതറിഞ്ഞാലും
പത്തുമാസം വയറ്റിൽ കഴിഞ്ഞുപോയ്
പത്തുപന്തീരാണ്ടുണ്ണിയായിട്ടുംപോയ്
തന്നെത്താനഭിമാനിച്ചു പിന്നെടം
തന്നെത്താനറിയാതെ കഴിയുന്നു.
ഇത്രകാലമിരിക്കുമിനിയെന്നും
സത്യമോ നമുക്കേതുമൊന്നില്ലല്ലോ.
നീർപ്പോളപോലെയുള്ളൊരു ദേഹത്തിൽ
വീർപ്പുമാത്രമുണ്ടിങ്ങിനെ കാണുന്നു
ഓർത്തറിയാതെ പാടുപെടുന്നേരം
നേർത്തുപോകുമതെന്നേ പറയാവൂ.
അത്രമാത്രമിരിക്കുന്നനേരത്തു
കീർത്തിച്ചീടുന്നതില്ലതിരുനാമം!

കവി പിന്നേയും മനസ്സു തുറന്ന് ആലോചിച്ചുനോക്കുകയാണ്, ജീവന് മാറിമാറി സ്വീകരിക്കേണ്ടിവരുന്ന ജന്മങ്ങളെപ്പറ്റി. എത്ര ജന്മങ്ങൾ അമേധ്യത്തിലെ പുഴുക്കളായി കഴിഞ്ഞിട്ടുണ്ടാവും. മോചനത്തെപ്പറ്റി വിദൂരബോധവുംകൂടി അവയ്ക്കുണ്ടാവില്ല. എന്നിട്ടും ഏതോ കാരുണ്യംകൊണ്ട് മരിച്ചുജനിച്ച് അവർ വെള്ളത്തിലേക്ക് എത്തി ജലജീവികളായി. അവിടെ അവർക്ക്, ബോധപൂർവ്വമല്ലെങ്കിലും ആരെയെങ്കിലും സഹായിക്കുവാനോ നാമജപം കേൾക്കുവാനോ കഴിഞ്ഞിട്ടുണ്ടാവും. പിന്നെ മണ്ണിൽ എത്തി. അപ്പോഴും മനുഷ്യർക്ക് ഏതെങ്കിലും വിധത്തിൽ അറിയാതെത്തന്നെ നന്മ ചെയ്തിട്ടുണ്ടാവും. അതിനാൽ പിന്നത്തെ ജന്മം മരങ്ങളായി ജനിച്ചു. വൃക്ഷങ്ങൾ എല്ലാ നിലയ്ക്കും അന്യന് ഗുണം ചെയ്യുന്നവരാണല്ലോ. മനുഷ്യൻ ഉച്ഛ്വസിക്കുന്ന ദുഷിച്ച വായു സ്വീകരിച്ച് പകരം ശുദ്ധവായു പരത്തുന്നു. വിശപ്പും ദാഹവും തീർക്കുന്ന ഫലങ്ങൾ സമൃദ്ധമായി വിതറുന്നു. വെയിലിന്റെ ചൂടിൽ നിന്ന് തണൽ തരുന്നു. ഇത്രയൊക്കെ പരോപകാരം ചെയ്യുന്ന മരങ്ങൾ പിന്നേയും ജന്മമെടുക്കുന്നു- മനുഷ്യരോട് കൂടുതൽ അടുത്ത് ഇടപെടുവാൻ തക്കവണ്ണം മൃഗങ്ങളായിട്ട്, ഇഴജന്തുക്കളായിട്ട്. അവയ്ക്കൊന്നും അസ്തിത്വം നിഷേധിക്കുന്നുമില്ല സൃഷ്ടികർത്താവ്. ഇതിനെപ്പറ്റി പറഞ്ഞുകേട്ട ഒരു കഥയുണ്ട്.

സാക്ഷാൽ ദേവേന്ദ്രന് ബൃഹസ്പതിയിൽനിന്ന് ഒരു ശാപം കിട്ടി ഒരിക്കൽ. ദേവന്മാരുടെ ഗുരു ആണ് ബൃഹസ്പതി. അഹങ്കാരം മൂത്ത് ദേവേന്ദ്രൻ ബൃഹസ്പതിയേയും നിന്ദിച്ചു-ഗുരുനിന്ദ. ആ പാപത്തിൽനിന്ന് രക്ഷിക്കുവാനായിട്ട് ബൃഹസ്പതി ഇന്ദ്രനെ ശപിച്ചു-പന്നിയായിത്തീരട്ടെ. അത് കേട്ട് ഇന്ദ്രൻ ഞെട്ടി. ഈ ദേവരാജപദവിയിൽനിന്ന് വിട്ടുപോവുകയോ? അതും നിന്ദ്യമായ സൂകരവർഗ്ഗത്തിലേക്ക്. അദ്ദേഹം ശാപത്തിന്റെ ഒരു ഇളവിനുവേണ്ടി ഗുരുവിനോടപേക്ഷിച്ചു. ഗുരു പറഞ്ഞു- "ശാപം അനുഭവിക്കാതെപറ്റില്ല. നൂറുകൊല്ലം കഴിഞ്ഞാൽ ശാപമോചനം കിട്ടി വീണ്ടും ഇന്ദ്രനാവാം." ദേവേന്ദ്രൻ ഭൂമിയിൽ പന്നി കുടുംബത്തിലേക്കു വന്നു വീണു. അവിടെ ഭാര്യയും മക്കളും മരുമക്കളുമായി സസുഖം താമസിച്ചു. ദേവലോകസുഖങ്ങൾ മനസ്സിൽനിന്നുതന്നെ മാഞ്ഞുകൊണ്ടിരുന്നു. കാലം ആരേയും കാത്തുനില്ക്കാതെ നീങ്ങി. ശാപത്തിന്റെ കാലാവധിയായപ്പോൾ ശ്രീനാരദ മഹർഷി ദേവേന്ദ്രന്റേ സ്ഥിതി അറിയുവാൻ വന്ന് നോക്കി. അവിടെ നമ്മുടെ ദേവേന്ദ്രനുണ്ട് മുത്തൻ പന്നിയായിട്ട് ഭാര്യയും മക്കളും പേരമക്കളുമായിട്ട് ചേറിൽ (ചളിയിൽ) പുളഞ്ഞ് സുഖിക്കുന്നു. നാരദ

മഹർഷി കുറച്ചുനേരം അത് നോക്കിനിന്നു. പിന്നെ പറഞ്ഞു- "അങ്ങ് ദേവേന്ദ്രനാണ്. ദേവലോകത്തിലേക്ക് വരൂ."

പന്നി ദേവേന്ദ്രൻ തലകുലുക്കി നിഷേധിച്ചു- "ഞാനോ? ഞാനെന്തിന് ദേവലോകത്തിലേക്ക് വരണം. എനിക്കിവിടെ വളരെ സുഖമാണ്. ഇവിടെ എന്റെ ഭാര്യയും മക്കളുമൊക്കെയുണ്ട്. അവരെ വിട്ട് എനിക്കെന്തിന് മറ്റൊരു ദേവലോകം?" മഹാമായയുടെ ശക്തിയോർത്ത് അമ്പരന്ന് ദേവർഷി നാരദൻ ഉറക്കെ നാമം ജപിച്ചുകൊണ്ട് വീണയും മീട്ടി തിരിച്ചുപോയി. അപ്പോൾ, പൂന്താനം പറയുന്നത് അളവില്ലാത്ത ഈശ്വരകാരുണ്യംകൊണ്ടാണ് ജീവന് ചിന്താശക്തിയുള്ള മനുഷ്യന്റെ ജന്മം കിട്ടുന്നത് എന്നാണ്. ആ ജന്മമാണെങ്കിലോ ആദ്യത്തെ പത്തു മാസം അമ്മയുടെ ഗർഭപാത്രത്തിൽ കിടക്കണം. കുംഭീപാകനരകം എന്നാണ് ജ്ഞാനികൾ ആ കിടപ്പിനെ പറയുന്നത്. അതുകഴിഞ്ഞ് ഭൂമിയിലെത്തിയാലും ബുദ്ധിയുറയ്ക്കാത്ത ബാല്യകൗമാരാവസ്ഥകളുണ്ട്. ബോധം വന്നാൽ, കഴിഞ്ഞതൊക്കെ ഓർമ്മവിട്ട് പിന്നെ അഹങ്കാരമായി. ഞാൻ എന്റേത് എന്നു മാത്രം. എങ്ങനെ ആരുടെ കൃപകൊണ്ട് ഇവിടെ എത്തി എന്നുതന്നെ മറക്കുന്നു. ലോകം മുഴുവൻ പിടിച്ചടക്കുവാൻ ശക്തിയുണ്ടെന്ന് അഹങ്കരിക്കുന്ന ആ മനുഷ്യനും ആ ഒരു കാര്യം അറിയില്ല- എത്രകാലം തനിക്കിവിടെ കഴിയാനവകാശമുണ്ട്, ആയുസ്സെത്രയാണ് എന്ന്. വലിയ വലിയ ആകാശക്കോട്ടകളൊക്കെ കെട്ടിഞെളിയുമ്പോൾ അതാ, പെട്ടെന്ന് എല്ലാം കഴിയുന്നു. ഒരു നീർപ്പോള പൊട്ടുന്നതുപോലെ ശരീരത്തിന്റെ മിടിപ്പും നിലയ്ക്കുന്നു. ആ സമയത്തുപോലും ഭഗവദ്സ്മരണയും തിരുനാമജപവും ചെയ്യുവാൻ ആർക്കും തോന്നുകയുമില്ല. ബോധം ഉറയ്ക്കുന്ന കാലം മുതൽക്കുതന്നെ ഈശ്വരചിന്തയും നാമജപവും ശീലിച്ചാലാണ് മരണസമയത്തും ആ സ്മരണയോടെ നാമം ജപിക്കുവാൻ ഭാഗ്യമുണ്ടാവുക എന്നു പറയാറുണ്ട്. ഒരു ഭക്തൻ ഇത്രയുംകൂടി പ്രാർത്ഥിച്ചു-

"അന്ത്യകാലത്തു നീ എന്റെ
അന്തികേ വന്നു നില്ക്കണേ..."

"അന്തേനാരായണസ്മൃതി" എന്നത് പരമമായ ലക്ഷ്യമാണ് എന്നുതന്നെയാണ് പുരാണങ്ങളും (മഹാഭാഗവതം) പറയുന്നത്.

സംസാരവർണ്ണന

സ്ഥാനമാനങ്ങൾ ചൊല്ലിക്കലഹിച്ചു
നാണംകെട്ടു നടക്കുന്നിതു ചിലർ
മദമത്സരം ചിന്തിച്ചു ചിന്തിച്ചു
മതി കെട്ടു നടക്കുന്നിതു ചിലർ
ചഞ്ചലാക്ഷിമാർ വീടുകളിൽ പുക്കു
കുഞ്ചിരാമനായാടുന്നിതു ചിലർ
കോലകങ്ങളിൽ സേവകരായിട്ട്
കോലം കെട്ടി ഞെളിയുന്നിതു ചിലർ
ശാന്തിചെയ്തു പുലർത്തുവാനായിട്ട്
സന്ധ്യയോളം നടക്കുന്നിതു ചിലർ
അമ്മയ്ക്കും പുനരച്ഛനും ഭാര്യയ്ക്കും
ഉൺമാൻപോലും കൊടുക്കുന്നില്ലാ ചിലർ
അഗ്നിസാക്ഷിണിയായൊരു പത്നിയെ
സ്വപ്നത്തിൽപോലും കാണുന്നില്ലാചിലർ
സത്തുക്കൾ കണ്ടു ശിക്ഷിച്ചുചൊല്ലുമ്പോൾ
ശത്രുവെപ്പോലെ ക്രുദ്ധിക്കുന്നു ചിലർ
വന്ദിതന്മാരെ കാണുന്നനേരത്തു
നിന്ദിച്ചത്രേ പറയുന്നിതു ചുലർ
കാൺക നമ്മുടെ സംസാരം കൊണ്ടത്രേ
വിശ്വമീവണ്ണം നില്പുവെന്നും ചിലർ
ബ്രാഹ്മണ്യംകൊണ്ടു കുന്തിച്ചു കുന്തിച്ചു
ബ്രഹ്മാവുമെനിക്കൊക്കായെന്നും ചിലർ
അർത്ഥാശയ്ക്കുവിരുതു വിളിപ്പിപ്പാൻ
അഗ്നിഹോദ്രാദി ചെയ്യുന്നിതു ചിലർ

സ്വർണ്ണങ്ങൾ നവരത്നങ്ങളെക്കൊണ്ടും
എണ്ണംകൂടാതെ വില്ക്കുന്നിതു ചിലർ
മത്തേഭം കൊണ്ടു കച്ചവടം ചെയ്തും
ഉത്തമതുരഗങ്ങളതുകൊണ്ടും
അത്രയുമല്ല കപ്പൽ വെപ്പിച്ചിട്ടു-
മെത്ര നേടുന്നിതർത്ഥം ശിവ! ശിവ!
വൃത്തിയും കെട്ടു ധൂർത്തരായെപ്പോഴും
അർത്ഥത്തെക്കൊതിച്ചെത്ര നശിക്കുന്നു
അർത്ഥമെത്ര വളരെയുണ്ടായാലും
തൃപ്തിയാകാമനസ്സിന്നൊരു കാലം
പത്തുകിട്ടുകിൽ നൂറുമതിയെന്നും
ശതമാകിൽ സഹസ്രം മതിയെന്നും
ആയിരം പണം കൈയിലുണ്ടാകുമ്പോൾ
അയുതമാകിലാശ്ചര്യമെന്നതും
ആശയായുള്ള പാശമതിങ്കേന്നു
വേർവിടാതെ കരേറുന്നുമേൽക്കുമേൽ
സത്തുക്കൾ ചെന്നിരന്നാലായർത്ഥത്തിൽ
സ്വല്പമാത്രം കൊടാ ചില ദുഷ്ടന്മാർ
ചത്തുപോംനേരം വസ്ത്രമതുപോലും
ഒത്തിടാകൊണ്ടുപോവാനൊരുത്തർക്കും
പശ്ചാത്താപമൊരെള്ളോളമില്ലാതെ
വിശ്വാസപാതകത്തെക്കരുതുന്നു
വിത്തത്തിലാശപറ്റുക ഹേതുവായ്
സത്യത്തെ ത്യജിക്കുന്നു ചിലരഹോ
സത്യമെന്നതു ബ്രഹ്മമതുതന്നെ
സത്യമെന്നു കരുതുന്നു സത്തുക്കൾ
വിദ്യകൊണ്ടറിയേണ്ടതറിയാതെ
വിദ്വാനെന്നു നടിക്കുന്നിതു ചിലർ
കുങ്കുമത്തിന്റെ ഗന്ധമറിയാതെ
കുങ്കുമം ചുമക്കുംപോലെ ഗർദ്ദഭം

കൃഷ്ണ കൃഷ്ണ! നിരൂപിച്ചുകാണുമ്പോൾ
തൃഷ്ണകൊണ്ടേ ഭ്രമിക്കുന്നതൊക്കെയും.

ചുറ്റുപാടുമുള്ള ഈ ലോകസ്വഭാവങ്ങളെ ഉള്ളംകൈയിലെ രേഖ പോലെ നോക്കിക്കണ്ടുകൊണ്ട് കവി പിന്നേയും ഓർമ്മിപ്പിക്കുകയാണ്. ഈ മനുഷ്യർക്കൊക്കെ സ്ഥാനമാനങ്ങളോടാണ് ഭ്രമം. തന്റെ തന്നെ മനസ്സിനെ ശുദ്ധീകരിക്കലിലോ, സത്പ്രവൃത്തികളിലോ ശ്രദ്ധയേ ഇല്ല. ഏതു നാണംകെട്ട വഴിയായാലും വേണ്ടില്ല അംഗീകാരം തട്ടിപ്പറിച്ച് പിടിച്ചുപറ്റുകതന്നെ ചെയ്യും. അർഹതയുള്ളവരെ ചവിട്ടിത്താഴ്ത്തിക്കൊണ്ട് ഞാനാണ് കേമൻ എന്ന് ഞെളിഞ്ഞിരിക്കുകയും ചെയ്യും. വേറെ ചിലർക്ക് സദാ മത്സരചിന്തകളാണ്. എപ്പോഴും ആരോടെങ്കിലും മത്സരിക്കണം. ആ മത്സരം സ്വന്തം മനസ്സിന്റെ സമാധാനമാണ് നശിപ്പിക്കുന്നത് എന്നുപോലും അവർ മനസ്സിലാക്കുന്നില്ല. ഏതും നശിക്കുവാനുള്ള ഒന്നാന്തരം വഴി മത്സരമാണ് എന്നും അവർ അറിയുന്നില്ല. ഇക്കാലത്ത് മനുഷ്യരെ ഭരിക്കുന്നതുതന്നെ മത്സരമാണ്. സ്നേഹഭാവത്തേയും അനുരഞ്ജനങ്ങളേയും ആട്ടിപ്പായിച്ചതിനുശേഷമാണ് ഓരോരുത്തർ ഭരണത്തിന്റെ പടികൾ കയറുന്നതുതന്നെ. നമ്മുടെ ക്രാന്തദർശിയായ ആ പാവം കവി നാനൂറു കൊല്ലങ്ങൾക്കു മുമ്പേ ഇതുകണ്ട് ഖേദപൂർവ്വം ചോദിക്കുകയാണ്- നിങ്ങളെന്തിനാണ് ഇങ്ങിനെ മദമത്സരത്തെപ്പറ്റി മാത്രം ചിന്തിച്ച് ബുദ്ധി തല്ലിക്കെടുത്തി അന്ധമായ മനസ്സുമായി നടക്കുന്നത് എന്ന്. പാഠശാലയിൽ തൊട്ടടുത്തിരിക്കുന്ന സഹപാഠിയോടുപോലും മത്സരം. ഒരേ മുറിയിലിരുന്ന് ജോലിയെടുക്കുന്നവർ തമ്മിൽ മത്സരം. ഒരേ കിടക്കയിൽ കിടക്കുന്നവർ തമ്മിൽപോലും മത്സരം! പരസ്പരവിശ്വാസം ഇവിടെ എടുക്കാത്ത നാണ്യമായിത്തീർന്നിരിക്കുകയാണ്.

വേറെ ചിലർക്ക് സ്ത്രീസംഗത്തിലാണ് ഭ്രമം. ആടിക്കുഴയുന്ന ഏതു പെണ്ണായാലും വേണ്ടില്ല. കണ്ടാൽ ചിലർ ഭ്രമിച്ച് പിന്നാലെ പോവും. എന്നിട്ടോ, മൊച്ചയെ കളിപ്പിക്കുന്നതുപോലെ ആ സ്ത്രീ ആവശ്യപ്പെടുന്നതൊക്കെ ചെയ്തുകൊണ്ട് അവളെ അനുസരിച്ചുകൊണ്ട് കുഞ്ചിരാമനെപ്പോലെ ആടിത്തുള്ളുകയും ചെയ്യും. കുടുംബം, ഭാര്യ, കുട്ടികൾ എല്ലാം മറന്ന് ജീവിതം തുലയ്ക്കുകയും ചെയ്യുന്നു. വലിയ പ്രഭുക്കളുടേയും രാജാക്കന്മാരുടേയും മുമ്പിൽ താണുവണങ്ങി ഓച്ഛാനിച്ച് നില്ക്കലും, ആ കോലംകെട്ടലിൽനിന്നു കിട്ടുന്ന ആദായം കാണിച്ച് മേനിനടിച്ചു ഞെളിയുന്ന ചില വിവേകശൂന്യരേയും പൂന്താനം കാണിച്ചുതരുന്നു, സഹതപിക്കുന്നു.

ഭഗവാനുള്ള പൂജയും നിവേദ്യവും നടത്തുന്നവരാണ് ശാന്തിക്കാർ. പൂന്താനം അവരേയും വെറുതെ വിടുന്നില്ല. വീടും കുടുംബവും ഉള്ള വരാണ് ആ ജോലി ഏറ്റെടുക്കുന്നത്. അതിനാൽ കുടുംബം പുലർത്താ നുള്ള മാർഗ്ഗമായിട്ട് തീരുന്നു ശാന്തിവൃത്തിയും. സ്വീകാരവും നിരാസവും ഒരേ രേഖയിൽ.

ഇനി വേറെ ചില കപടമാന്യന്മാരുണ്ട്. തനിക്ക് ജന്മംതന്ന ജനക നേയോ ജനനിയേയോ ഓർക്കുകപോലും ചെയ്യാത്തവർ. എല്ലാം തികഞ്ഞ് താൻ ആകാശത്തിൽനിന്ന് പൊട്ടിവീണിരിക്കുകയാണ് എന്ന ഭാവമാണവർക്ക്. അച്ഛനും അമ്മയും പട്ടിണി കിടക്കുകയാണോ, അവർക്ക് അസുഖം ബാധിച്ചിട്ടുണ്ടോ എന്നൊന്നും അത്തരം മക്കൾ അന്വേഷിക്കുകയേ പതിവില്ല.

ഈ അവസ്ഥയെ ആസ്പദമാക്കി ഒരു കഥയുണ്ട്- ഒരമ്മയ്ക്ക് ഏക മകൻ. താഴത്തും തലയിലും വയ്ക്കാതെ അമ്മ മകനെ ഓമനിച്ച് വളർത്തി. മകന് വിവാഹപ്രായമായി. ഇഷ്ടപ്പെട്ട പെണ്ണിനെ കല്യാണം കഴിച്ചു. ഭാര്യയ്ക്ക് ഭർത്താവിന്റെ അമ്മയെ കണ്ടാൽ ദേഷ്യം. ഭാര്യയെ സന്തോഷിപ്പിക്കാൻ മകൻ അമ്മയെ തനിച്ചാക്കി ഭാര്യയേയും കൂട്ടി വേറെ പോയി. പക്ഷേ, അമ്മായിഅമ്മ ജീവിച്ചിരിക്കുന്നതുതന്നെ ഭാര്യയ്ക്ക് ദുസ്സഹം. ഒരു ദിവസം അവൾ ഭർത്താവിനോട് പറഞ്ഞു- "എനിക്ക് കലശലായ നെഞ്ചുവേദന വരുന്നു. നിങ്ങളുടെ അമ്മയുടെ ഹൃദയംകൊണ്ട് കഷായംവെച്ച് കുടിച്ചാൽ മാറുമെന്ന് വൈദ്യൻ പറഞ്ഞു." ഭാര്യ വേദനിക്കുന്നത് മകന് കാണാൻ വയ്യ. അയാൾ വേഗം അമ്മയുടെ അടുത്തു വന്ന് കാര്യം പറഞ്ഞു- "അമ്മ പറഞ്ഞു- "മോന്റെ ദുഃഖം മാറാനല്ലേ? എടുത്തോ. അമ്മയ്ക്കിനി എന്തിനാ ഒരു ഹൃദയം?"

മകൻ അമ്മയുടെ നെഞ്ചുകീറി ഹൃദയം കൈയിലെടുത്ത് വേഗം ഓടിപ്പോവുകയായിരുന്നു- ഭാര്യയുടെ വേദന മാറ്റണ്ടേ? ഓടുന്നതി നിടയിൽ ഒരു വലിയ കല്ലു തട്ടിത്തടഞ്ഞ് അയാൾ വീണ് കാല് പൊട്ടി. കൈയിൽ അമ്മയുടെ ഹൃദയമുണ്ട്. ആ ഹൃദയം കുടുകുടെ മിടിക്കു ന്നുണ്ട്. ആ ഹൃദയം വെമ്പലോടെ ചോദിക്കുന്നു- "മോനേ, നിന്റെ കാല് വല്ലാതെ വേദനിക്കുന്നുണ്ടോ?"

ഇത്തരം മക്കളെയും അമ്മയേയുമാണ് കവി ചൂണ്ടിക്കാട്ടുന്നത്. എന്നാൽ ഇത്തരം അടിവേരറുക്കുന്ന സ്വഭാവം ആപത്ക്കരമാണ്, ഒട്ടും ശരിയല്ലാ എന്ന് ബന്ധുക്കളോ കാരണവന്മാരോ പറഞ്ഞ് മനസ്സിലാക്കി ക്കുവാൻ ശ്രമിച്ചാൽ ഇക്കൂട്ടർ അത് പറയുന്നവരോട് ശുണ്ഠിയെടുത്ത് അവരെ അപമാനിക്കുകയും എതിർക്കുകയും ചെയ്യും.

ബഹുമാന്യരായവരെ കാണുമ്പോഴും കാണാതിരിക്കുമ്പോഴും അവരെ പരിഹസിക്കൽ ഒരു വിനോദമാണ് ചിലർക്ക്. താനല്ലാതെ മറ്റാരും മാനിക്കപ്പെടുന്നത് ഇക്കൂട്ടർക്ക് സഹിക്കില്ല. പരപുച്ഛക്കാരും അസൂയക്കാരും ആണ് ഇങ്ങിനത്തവർ. അന്യന് എന്തെങ്കിലും കുറ്റ മുണ്ടാക്കി കുറ്റംപറയും. അവർ ശ്വസിക്കുന്ന ശ്വാസംപോലും മറ്റൊരു കൃപകൊണ്ട് ലഭിക്കുന്നതാണ് എന്നിരിക്കെ ഇക്കൂട്ടർ ഞെളിഞ്ഞുനിന്ന് പറയുന്നതു കേൾക്കാം-

“ഹും. ഞാനില്ലെങ്കിൽ കാണാമായിരുന്നു. ഇവിടെ വല്ലതും നടക്കോ പിന്നെ?”

പ്രപഞ്ചം തിരിയുന്നതുതന്നെ തന്റെ സാമർത്ഥ്യംകൊണ്ടാണ് എന്നു പോലും വീമ്പടിക്കുന്ന അക്കൂട്ടരോടും പൂന്താനത്തിന് സഹതാപം തന്നെയാണ്.

വിദ്യയ്ക്കും ജ്ഞാനപ്രകാശത്തിനും വിനയം എത്രമാത്രം ഉറപ്പും തിളക്കവും കൂട്ടുന്നു എന്നതിന് ഉദാഹരണമാണ് മഹാഭാഗവതത്തിലെ അംബരീഷന്റെ കഥ. അംബരീഷൻ ചക്രവർത്തിയായിരുന്നു. വിജ്ഞ നാണ്, ഭഗവദ്ഭക്തനുമാണ്. അദ്ദേഹം ഏകാദശിവ്രതത്തിൽ നിഷ്ഠ നായിരുന്നു. ഈ വ്രതാനുഷ്ഠാനംകൊണ്ടാണ് രാജ്യം സംപുഷ്ടമാ യത് എന്നും ജനങ്ങൾ വിശ്വസിച്ച് അവരും വ്രതം ശീലിച്ചു. ഈ വ്രതം മുടക്കാൻ ഇന്ദ്രന്റെ നിയോഗവുമായി വരികയാണ് ദുർവ്വാസാവ് മഹർഷി. കുളിക്കാൻ പുഴയിലേക്കുപോയ മഹർഷി എത്രയായിട്ടും തിരിച്ചുവരുന്നില്ല. വ്രതം മുടങ്ങരുതെന്നു കരുതി അംബരീഷൻ തുളസി പ്പൂവിട്ട തീർത്ഥം സേവിച്ചു. അതിഥിക്ക് വിളമ്പിയൂട്ടിയിട്ടല്ലാതെ ആതി ഥേയൻ ഭക്ഷണം കഴിക്കുന്നത് ധർമ്മമല്ല. അതറിഞ്ഞ മഹർഷി ഓടി വന്ന് ശുണ്ഠിയെടുത്ത് തന്നെ അപമാനിച്ചു എന്നുപറഞ്ഞ് രാജാവിനെ നശിപ്പിക്കുവാൻ സ്വന്തം ജടയിൽ തല്ലി ‘കൃത്യ’ എന്ന ഭീകരരൂപിയെ സൃഷ്ടിച്ചു. അപ്പോൾ ഭക്തനായ അംബരീഷനെ രക്ഷിക്കുവാൻ ഭഗ വാന്റെ സുദർശനചക്രം തന്നെ എത്തി ‘കൃത്യ’യെ നശിപ്പിച്ച് മഹർഷി യുടെ നേരെ തിരിഞ്ഞു. മഹർഷി സുദർശനത്തെ പേടിച്ച് പരക്കം പാച്ചിലായി. അവസാനം ഭഗവാന്റെ മുമ്പിൽത്തന്നെ എത്തി രക്ഷ യാചിച്ചു. ഭഗവാൻ കൈമലർത്തി-

“ഞാൻ ഭക്തദാസനാണ്. അതിനാൽ ഇതിൽ നിസ്സഹായനുമാണ്. പോയി അംബരീഷനെ ശരണം പ്രാപിക്കൂ.”

ജ്ഞാനം തപശ്ചവിനയാന്വിതമേവ മാന്യം
യാഹ്യംബരീഷ പദമേവഭജേതി ഭൂമൻ!”

എന്നാണ് 'നാരായണീയ'ത്തിൽ ഭഗവാൻ പറയുന്നത്. അംബരീഷ ചക്രവർത്തിയുടെ ജ്ഞാനവും തപസ്സും വിനയംകൊണ്ടാണ് മാന്യ മായത്-അഹങ്കാരംകൊണ്ടല്ല. ആ അംബരീഷനെ പോയി ഭജിക്കൂ. വേറെ മാർഗ്ഗമില്ല അങ്ങയുടെ രക്ഷയ്ക്ക് എന്നാണ് ഭഗവാൻ നിസ്സം ശയം പറഞ്ഞത്.

അഹങ്കാരത്തെ നശിപ്പിക്കുവാനുള്ളതാണ് തപസ്സും ജ്ഞാനവു മൊക്കെ. അത് അഹങ്കാരത്തെ വർദ്ധിപ്പിക്കുമ്പോൾ മനുഷ്യൻതന്നെ നശിക്കുന്നു. ബ്രാഹ്മണ്യംകൊണ്ട് കുന്തിക്കുമ്പോൾ സംഭവിക്കുന്നത് അതാണ്. സാക്ഷാൽ ബ്രഹ്മാവുംകൂടി തന്റെ താഴെയാണെന്ന് നടിക്കും. മനുഷ്യന്റെ പിടിച്ചാൽ കിട്ടാത്ത ധനാശയെപ്പറ്റിയും പൂന്താനം വ്യാകുല പ്പെടുകയാണ്. ലോകനന്മയ്ക്കായിട്ടാണ് മുമ്പ് യാഗം ചെയ്തിരുന്നത്. തപഃശക്തികൊണ്ട് പ്രപഞ്ചശക്തികളെ ആവാഹിച്ച് വരുത്തി അവരെ പ്രീതിപ്പെടുത്തുക. ധനാശയ്ക്ക് അവിടെ ഒരു സ്ഥാനവുമില്ല. സൂര്യ വംശജാതനായ പ്രഖ്യാതനായ രഘുചക്രവർത്തി 'വിശ്വജിത്തെന്ന' യാഗം ചെയ്ത് അവസാനിപ്പിച്ചത് ഉള്ളതെല്ലാം അർഹതപ്പെട്ടവർക്ക് ദാനം ചെയ്തിട്ടാണ്. എന്നും നിറഞ്ഞുമാത്രം ഇരുന്നിരുന്ന രാജ ഭണ്ഡാരം തീരെ ഒഴിഞ്ഞ് കാലിയായി, ഒന്നും അതിലില്ലാതെയായി. വരതന്തുശിഷ്യനായ കൗത്സ്യൻ എന്ന മഹർഷി ഗുരുദക്ഷിണയ്ക്കായി കുറച്ച് ധനം ആവശ്യപ്പെട്ട് വന്നപ്പോൾ, ലോഹത്തിന്റേതായി ഒന്നും ആ കൊട്ടാരത്തിൽ ശേഷിച്ചിട്ടില്ലാത്തിനാൽ മൺപാത്രത്തിൽ വെള്ളവും പൂജാദ്രവ്യങ്ങളുംവച്ച് അതിഥിയെ സ്വീകരിച്ചു. അത്തരം പാരമ്പര്യമുള്ള നമ്മളിപ്പോൾ ധനാശയേയും ധനപ്രമത്തതയേയും മഹത്വവത്ക്കരിച്ചുകൊണ്ട് വീണ്ടും വീണ്ടും അഗ്നിഹോത്രാദികൾ ചെയ്യുന്നു എന്നാണ് ഭക്തകവി പൂന്താനം നമ്പൂതിരി പറയുന്നത്. അഗ്നി ഹോത്രം ചെയ്യൽ മഹനീയകർമ്മമായി അംഗീരിക്കപ്പെട്ടിരുന്നു. അപ്പോൾ അതിനായി നടത്തുന്ന ധനസമ്പാദനവും മഹത്ത്വമുള്ളതാണ് എന്ന് വരുത്തിത്തീർക്കുന്നവർക്കുള്ള പരിഹാസമാണ് വ്യംഗ്യം.

സ്വർണ്ണം ഭൂമിയുടെ സമ്പത്താണ്. ഭൂമി സ്വർണ്ണഖനികളുണ്ടാക്കു ന്നത് പാരിസ്ഥിതികബലത്തിനാണ്. ഭൂമിയുടെ നിലനില്പിനുള്ളതാണ് എല്ലാ ഖനികളും. പക്ഷേ, മനുഷ്യന്റെ ദുരയും അഹങ്കാരവും ധനാശയും ഭൂമിയെ ക്രൂരമായ മർദ്ദനത്തിന് വിധേയയാക്കുന്നു. മനുഷ്യൻ ഭൂമി തുരന്ന് ഖനികൾ വെട്ടിപ്പൊളിച്ച് എല്ലാത്തരം ധാതുക്കളും എടുത്ത് ഇഷ്ടംപോലെ ധൂർത്തടിക്കുന്നു. ഏറ്റവുമധികം ധിക്കാരം കാട്ടുന്നവർ

ഏറ്റവും മാന്യന്മാരാണ് എന്നും വരുത്തിത്തീർക്കുന്നു. ഭൂമിയുടെ സ്വകാര്യസ്വത്തായ സ്വർണ്ണഖനി മോഷ്ടിച്ചെടുത്തിട്ട് ആഭരണങ്ങളുണ്ടാക്കി ശരീരത്തിൽ കെട്ടിത്തൂക്കുന്നതിലെ ഔചിത്യക്കുറവ് പരിഹാസരൂപത്തിലാണ് കവി വെളിപ്പെടുത്തുന്നത്. മനുഷ്യന്റെ യഥാർത്ഥ സൗന്ദര്യം ഇത്തരം പൊങ്ങച്ചങ്ങളേക്കൊണ്ടല്ലാ ഉണ്ടാവുന്നത് എന്നും ഹൃദയവിശാലതയും സ്വഭാവശുദ്ധിയും കൊണ്ടുണ്ടാവുന്ന സൗന്ദര്യമാണ് ആസ്വാദ്യമായത് എന്നും ചൂണ്ടിക്കാണിക്കുന്നു. രത്നങ്ങൾ സമുദ്രത്തിന്റെ സമ്പത്താണ്. അതും മനുഷ്യൻ കവർന്നെടുത്ത് കച്ചവടം ചെയ്ത് പണം ഉണ്ടാക്കുന്നു. സകലതും കച്ചകപടമാണ് ഇവിടെ. വിസ്തൃതമായ വനങ്ങളിൽ ഉല്ലാസത്തോടെ നടക്കുന്ന ഗജവീരന്മാരെ ചതിച്ച് വാരിക്കുഴിയിൽ വീഴ്ത്തിപ്പിടിച്ച് പീഡിപ്പിച്ച് മെരുക്കിയെടുത്ത ശേഷം ആനയേയും കച്ചവടം ചെയ്യുന്നു. അതുപോലെത്തന്നെ കുതിരകളേയും. പ്രകൃതിയുടെ ഏത് സമ്പത്തും സ്വന്തം പണപ്പെട്ടി വീർപ്പിക്കാനായി കച്ചവടം ചെയ്യാനുള്ളതാണ് എന്നാണ് മനുഷ്യന്റെ ദുർമോഹം. അതിനായി ഏത് അനീതിയും വിശ്വാസവഞ്ചനയും ചെയ്യുവാൻ മടിയുമില്ല. ഏറ്റവുമധികം ചതി പ്രയോഗിക്കുന്നവരാണ് ഇവിടെ ഏറെ മാന്യന്മാർ.

കവിക്ക് അവരെപറ്റിയുള്ള വാക്കുകൾ നിർത്തുവാൻ തോന്നുന്നില്ല. പിന്നേയും പറയുന്നു- എത്ര പണം കിട്ടിയാലാണ് ഇവർക്ക് മതിയാവുക? വെയിലും മഴയും കൊള്ളാതെ താമസിക്കുവാൻ ഒരു വീടു വേണം. അതല്ലേ വേണ്ടൂ? അല്ല. അതുപോരാ ഇവർക്ക്. വീട് മോടികൂട്ടണം. സൗകര്യങ്ങൾ വർദ്ധിപ്പിക്കണം. അതിനൊക്കെ പണം വേണം. ശരിയാണ്, ജീവിതസൗകര്യങ്ങൾ പ്രധാനമാണല്ലോ. പക്ഷേ, അതുമാത്രം മതിയാവില്ല. അതിന്റെ ഭിത്തികളിൽ വിലപിടിച്ച ചായം തേയ്ക്കണം. അയൽക്കാരന്റെ വീടിനേക്കാൾ കേമത്തമുള്ളതാവണം. മറ്റുള്ളവർക്ക് കണ്ട് കൊതിച്ച് ആശ്ചര്യപ്പെടണം. അങ്ങനെയുള്ള ഒറ്റയ്ക്ക് ഒരു വീടല്ലാ, തട്ടിപ്പറിച്ച് അന്യരെ പറ്റിച്ചിട്ടായാലും പണമുണ്ടാക്കി അത്തരം വീടുകൾ എട്ടുംപത്തും ഉണ്ടാക്കിവയ്ക്കുന്നു - പരമ്പരകൾക്കായിട്ട്. എന്നാൽ, രാത്രി ആ വീട്ടിൽ കിടന്നുറങ്ങുവാൻ ധൈര്യമില്ല - കള്ളന്മാരെപ്പറ്റി വിചാരിച്ച് ഉറക്കമില്ലാത്ത രാത്രികൾ ഉന്തി വിടുന്നു. വിലപ്പെട്ട ജീവിതത്തിന്റെ നല്ലകാലമൊക്കെ അങ്ങനെ കഴിക്കുന്നു. ചിലർക്ക് സ്വന്തം ജീവിതത്തിൽത്തന്നെ അതിന്റെയൊക്കെ നാശവും കാണേണ്ടിവരുന്നു. അതല്ലെങ്കിൽ വിശേഷപ്പെട്ട അലങ്കാരങ്ങളുള്ള കിടപ്പുമുറിയിൽ പള്ളിക്കട്ടിലിലെ വെൺമെത്തയിൽ രത്നാഭരണവിഭൂഷിതനായി

കിടക്കുമ്പോൾ, പെട്ടെന്ന് സ്വന്തം ശരീരംപോലും ഇവിടെ ഉപേക്ഷിച്ച് തിരിച്ചുവരുവാൻ കഴിയാത്തവിധം എങ്ങോട്ടോ കടന്ന് പോവേണ്ടിയും വരുന്നു. ആ രംഗം മുന്നിൽ കണ്ടുകൊണ്ട് പിന്നെ കവിക്ക് ചില നിമിഷങ്ങൾ നിശ്ശബ്ദനാവേണ്ടിവരുന്നു. ശിവ, ശിവ എന്ന മംഗളനാമങ്ങൾ ഉച്ചരിച്ചുപോവുന്നു.

പണത്തിന് ഒരു പ്രത്യേക മനഃശാസ്ത്രമുണ്ട്. എത്ര കിട്ടിയാലും മതിയാവലില്ല. പത്ത് കിട്ടിയാൽ നൂറുവേണമെന്നു തോന്നും. നൂറു കിട്ടിയാൽ അപ്പോൾത്തോന്നും ആയിരം വേണമെന്ന്. പിന്നെ ലക്ഷത്തിലേയ്ക്കായി ആർത്തി. ഈ ആശാപാശം നമ്മളെ വിട്ടൊഴിയാതെ ചുറ്റിക്കെട്ടുകയാണ്. അത്യാവശ്യത്തിനുപോലും പണമില്ലാതെ കഷ്ടപ്പെടുന്നവർ വന്ന് ചോദിച്ചാൽപോലും ചിലർ കേട്ടതായി നടിക്കാതെ തിരിഞ്ഞ്പോവും - ഒന്നും കൊടുക്കാതെ. സത്പാത്രത്തിൽ ദാനം ചെയ്യുമ്പോഴാണ് ധനികനാവുക എന്നുപോലും ആലോചിക്കില്ല. ഈ ദുരമൂത്ത് മൂത്ത് സത്യത്തെ ആട്ടിപ്പുറത്താക്കലാണ് പിന്നത്തെ പണി. എല്ലാ ദുർവൃത്തികളേയും തടഞ്ഞുനിർത്തുന്നത് മനുഷ്യന്റെ സത്യബോധമാണ്. സർവ്വാന്തര്യാമിയായി വർത്തിക്കുന്ന ബ്രഹ്മത്തിന്റെ പ്രതിരൂപമാണ് സത്യം. നമ്മുടെ വിചാരവികാരങ്ങൾ നമ്മളെക്കാൾ മുമ്പെ അറിയുക ഉള്ളിലുള്ള സത്യസ്വരൂപനായ ഭഗവാനാണ്. വേഷം കെട്ടി നില്ക്കുന്ന മനുഷ്യരൂപത്തിനെ കബളിപ്പിക്കാം. എന്നാൽ, ചിന്തിക്കുവാനും സംസാരിക്കുവാനും ശക്തിതരുന്ന ഭഗവാനെ കബളിപ്പിക്കുന്നതെങ്ങനെ? അതിനാൽ ആദ്യം ദുരാഗ്രഹി സത്യത്തിനെ പുറത്താക്കുന്നു. പിന്നെ എന്ത് തെമ്മാടിത്തവും കാണിക്കാം. ഏത് വിശ്വാസപാതകവും നടത്താം. അങ്ങനെ നശിച്ചുപോവുകയും ചെയ്യാം. വിദ്യകൊണ്ട് മനുഷ്യൻ അറിയേണ്ടത് എന്താണ്? ഈ ഭൂമണ്ഡലത്തെ ആകമാനം ഒരു നിമിഷംകൊണ്ട് കത്തിച്ച് ചാമ്പലാക്കി വിഷപ്പുക പരത്താനുള്ള വിദ്യയാണോ യഥാർത്ഥ വിദ്യ? ആ വിദ്യ സമർത്ഥമായി പ്രയോഗിക്കുന്നവനെ അഭിനന്ദിച്ച് സമ്മാനങ്ങൾ കൊടുത്ത് പ്രശംസിക്കുന്ന സമൂഹത്തോട് ഈ പാവം ഭക്തകവി യാതൊരു കൂസലും ദയയും ഇല്ലാതെ ഉറക്കെത്തന്നെ പറയുന്നു-

“നിങ്ങളേയ് ശുദ്ധ കഴുതകളാണ്. ഈ ഭൂമിയെ സുഗന്ധപൂരിതമാക്കുന്ന, ഔഷധവീര്യമുള്ള കുങ്കുമം കെട്ടുകെട്ടായിട്ട് പുറത്ത് ചുമന്നിട്ടും ആ സുഗന്ധം അറിയുവാൻ അനുഭവിക്കുവാൻ കഴിയാതെ ഏറ്റിനടക്കുന്ന ശുദ്ധ കഴുതകൾ. വിദ്യ അറിവാണ്, വിശേഷജ്ഞാനമാണ്. നല്ലത്

ഏതാണ്, ചീത്ത ഏതാണ്, കൊള്ളേണ്ടത് ഏതാണ്, തള്ളേണ്ടത് ഏതാണ് എന്ന് തിരിച്ചറിയുവാനുള്ള ജ്ഞാനം. തന്നോടുകൂടി ഈ ഭൂമി നശിക്കുന്നില്ല എന്നും, നശിക്കരുത് എന്നും മനസ്സിലാക്കുവാനുള്ള ജ്ഞാനം. ഈ ഭൂമിയെ ചുട്ടുമുടിക്കലല്ല; തന്നാൽ കഴിയുന്നത് നല്ലത് എന്തെങ്കിലും ഇവിടെ സമർപ്പിക്കലാണ് മാന്യത എന്ന അറിവ്. ആ അറിവില്ലാതെ താൻ വലിയ വിദ്വാനാണ് എന്ന് നടിച്ചിട്ട് ഒരു കാര്യവുമില്ല. ദുർബലരെ ചൂഷണം ചെയ്ത് ചതിച്ച് ബിസിനസ്സ് വർദ്ധിപ്പിക്കുന്നവരേയും, സേവകൂടി ഇഷ്ടം നടിച്ചുനിന്ന് അന്യന്റെ സ്വത്തു മുഴുവൻ സ്വന്തമാക്കുന്നവരേയും ചൂണ്ടി കവി ചോദിക്കുന്നു- "അധമ വർഗ്ഗമേ, നിങ്ങൾ അറിയുന്നുണ്ടോ, നിങ്ങളുടെ ഹൃദയമിടിപ്പിന്റെ ഓരോ എണ്ണവും നിങ്ങളുടെ ആയുസ്സിന്റെ നീളം കുറയ്ക്കുകയാണ്. നിങ്ങളെ ശ്മശാനത്തിലേക്ക് എത്തിക്കുന്നതാണ് ആ നിമിഷങ്ങൾ. അതിനാൽ കിട്ടുന്ന സമയം സാർത്ഥകമാക്കാൻ നോക്കൂ. ഈ മത്സരവും ചതിയും ഒന്ന് അവസാനിപ്പിക്കൂ."

വൈരാഗ്യം

എണ്ണിയെണ്ണിക്കുറയുന്നിതായുസ്സും
മണ്ടിമണ്ടിക്കരേറുന്നു മോഹവും
വന്നുവോണം കഴിഞ്ഞു വിഷുവെന്നും
വന്നില്ലല്ലോ തിരുവാതിരയെന്നും
കുംഭമാസത്തിലാകുന്നു നമ്മുടെ
ജന്മനക്ഷത്രമശ്വതി നാളെന്നും
ശ്രാദ്ധമുണ്ടഹോ വൃശ്ചികമാസത്തിൽ
സദ്യയൊന്നുമെളുതല്ലിനിയെന്നും
ഉണ്ണിയുണ്ടായി വേൾപ്പിച്ചതിലൊരു
ഉണ്ണിയുണ്ടായി കണ്ടാവുഞാനെന്നും
കോണിക്കൽത്തന്നെ വന്ന നിലമിനി-
ക്കാണം അന്നന്നെടുപ്പിയ്ക്കരുതെന്നും
ഇത്ഥമോരോന്നു ചിന്തിച്ചിരിയ്ക്കവേ
ചത്തുപോകുന്നു പാവം ശിവ! ശിവ!
എന്തിനിത്ര പറഞ്ഞു വിശേഷിച്ചും
ചിന്തിച്ചീടുവിനാവോളമെല്ലാരും
കർമ്മത്തിന്റെ വലിപ്പവുമോരോരോ
ജന്മങ്ങൾ പലതും കഴിഞ്ഞെന്നതും
കാലമിന്നു കലിയുഗമായതും
ഭാരതഖണ്ഡത്തിന്റെ വലിപ്പവും
അതിൽ വന്നുപിറന്നതുമെത്രനാൾ
പഴുതേതന്നെപോയ പ്രകാരവും
ആയുസ്സിന്റെ പ്രമാണമില്ലാത്തതും
ആരോഗ്യത്തോടിരിക്കുന്നവസ്ഥയും

ഇന്നു നാമസങ്കീർത്തനം കൊണ്ടുടൻ
വന്നുകൂടും പുരുഷാർത്ഥമെന്നതും
ഇനിയുള്ള നരകഭയങ്ങളും
ഇന്നുവേണ്ടും നിരൂപണമൊക്കെയും
എന്തിനുവൃഥാ കാലം കളയുന്നു?
വൈകുണ്ഠത്തിന്നു പൊയ്ക്കൊൾവിനെല്ലാരും!
കൂടിയല്ലാ പിറക്കുന്നനേരത്തും
കൂടിയല്ലാ മരിക്കുന്നനേരത്തും
മദ്ധ്യേയിങ്ങനെ കാണുന്നനേരത്തു
മത്സരിക്കുന്നതെന്തിനു നാം വൃഥാ?

ഓരോ ആണ്ടറുതികളും വരുന്നതും പോവുന്നതും നമ്മൾ അറിയുന്നു. അവ ഇനി തിരിച്ചുവരില്ലെന്നും അറിയാം. എന്നിട്ടും കഴിഞ്ഞ വിഷുവിനെപ്പറ്റിയും വന്നെത്തിയ ഓണത്തെപ്പറ്റിയും വരാനിരിക്കുന്ന തിരുവാതിരയെപ്പറ്റിയും മോഹിച്ചിരിക്കുന്നു. കുംഭമാസത്തിലാണ് പിറന്നാള്. ശ്രാദ്ധം വൃശ്ചികമാസത്തിൽ. ഓരോന്നുംകണക്കുകൂട്ടിയിരിക്കും. ഒരുതരം ദുരൂഹത ഇതിന്റെയൊക്കെ ഇടയിലൂടെ നുഴയുന്നത് കവി അറിയുന്നതുപോലെ തോന്നും. തനിക്കൊരു ഉണ്ണിപിറന്ന് താൻ ഒരച്ഛനാവണം എന്നത് ജീവിതത്തിലെ വലിയ മോഹമാണ്. പിന്നെ ആ ഉണ്ണി അച്ഛനായിട്ട് താൻ മുത്തച്ഛനുമാവണം. സ്വത്ത് കുറേക്കൂടി വർദ്ധിപ്പിക്കണം. അങ്ങനെ ആ മോഹച്ചങ്ങല കിലുകിലും എന്ന് നീണ്ടുവരുമ്പോൾ അതാ, മുന്നറിയിപ്പൊന്നും തരാതെ, ശബ്ദമുണ്ടാക്കാതെ പതുങ്ങിവരുന്നു മൃത്യു-രൂപവും ശബ്ദവുമില്ലാത്ത മരണം വന്ന് തന്നെ വലിച്ച് എന്നെന്നേയ്ക്കുമായി ഇവിടുന്ന് വലിച്ചുമാറ്റുകയും ചെയ്യുന്നു.

ഈ വരികൾ പൂന്താനത്തിന്റെ ഭൂതകാലജീവിതാനുഭവത്തിനെ ഓർമ്മിപ്പിക്കുന്നു. ആ അനുഭവങ്ങളാണ്, അതു മാത്രമാണ് അദ്ദേഹത്തിനെക്കൊണ്ട് ഇങ്ങനെ എഴുതിച്ചത് എന്നും പറയുവാൻ വയ്യ. വിദ്യകൊണ്ട് അറിയേണ്ടത് അറിഞ്ഞ വിദ്വാനാണ് പൂന്താനം. സത്യത്തെ പച്ചയായി വിളിച്ചുപറയുമ്പോഴും നിർഭയനുമാണ്; ഏറ്റവും വിനീതനുമാണ്. അങ്ങനെയുള്ള ഒരു പ്രതിഭയ്ക്കു മാത്രമേ ഇങ്ങനെ ചിന്തിക്കുവാനും അത് പറയുവാനും കഴിയുള്ളൂ.

ഇത്രത്തോളമൊക്കെ പറഞ്ഞതിനുശേഷം കവി സ്വഗതമെന്ന മട്ടിൽ പറയുന്നു- ഞാനെന്തിനാണ് ഇനിയും അധികം പറയുന്നത്?

ആലോചിച്ചാൽ ആർക്കും അറിയാവുന്നതാണല്ലോ. കർമ്മത്തിന്റെ ബന്ധനസ്വഭാവം, ജന്മങ്ങളുടെ മാറിമാറിയുള്ള ആവർത്തനങ്ങൾ, കാലം കലിയുഗമാണെന്നും പുണ്യദേശമായ ഭാരതഖണ്ഡത്തിലാണ് നമ്മൾ പിറന്ന് ജീവിക്കുന്നത് എന്നും ആയുസ്സിന്റെ അനിശ്ചിതത്വവും വരാനിരിക്കുന്ന നരകഭയങ്ങളുടെ ഭീകരതയും എല്ലാം വേണ്ടതുപോലെ നിരൂപിച്ച് ഇനിയെങ്കിലും കാലം ഒട്ടും വെറുതെ കളയാതെ ആരോഗ്യത്തോടെ ഇരിക്കുന്ന ഈ അവസ്ഥയിൽത്തന്നെ നാമസങ്കീർത്തനം കൊണ്ടും ഈശ്വരചിന്തകൊണ്ടും മനസ്സിനെ ശുദ്ധമാക്കിയിട്ട് വൈകുണ്ഠത്തിലേക്ക് പോകുവാൻ എല്ലാവരും ഒരുങ്ങുവിൻ.

മനുഷ്യൻ പിറക്കുന്നത് ഒറ്റയ്ക്കാണ്. മരിക്കുന്നതും ഒറ്റയ്ക്കുതന്നെ. ഇടയിലുള്ള ആ കുറച്ചുകാലം എന്തിനാണ് ഇങ്ങനെ മത്സരിച്ചും അന്യനെ നശിപ്പിച്ചും കഴിയുന്നത്? ധർമ്മാർത്ഥകാമമോക്ഷങ്ങളായ നാലു പുരുഷാർത്ഥങ്ങളുള്ളപ്പോൾ എന്തിനാണ് തീരെ അസ്ഥിരവും മനുഷ്യരെ തമ്മിൽ മത്സരിപ്പിച്ച് അടിപ്പിക്കുകയും ചെയ്യുന്ന ധനം എന്ന അർത്ഥത്തെ കൊതിക്കുന്നത്? തിളച്ചുനില്ക്കുന്ന നട്ടുച്ചസൂര്യൻ പ്രകാശിക്കുമ്പോൾ ഒരു മിന്നാമിനുങ്ങിന് എന്ത് വെളിച്ചമാണുള്ളത്? ആരെങ്കിലും മിന്നാമിനുങ്ങിനെ നോക്കാറുണ്ടോ? മാനിക്കാറുണ്ടോ? കഷ്ടം, നിങ്ങൾ ഇത്രയ്ക്ക് വിഢ്ഢികളായല്ലോ. മനസ്സിൽ സച്ചിദാനന്ദമൂർത്തിയായ സാക്ഷാൽ ഉണ്ണിക്കൃഷ്ണൻ സദാ ഓടക്കുഴലൂതി നൃത്തംവയ്ക്കുമ്പോൾ എന്തിനാണ് മകനായിട്ട് പിന്നെ വേറെ ഒരു ഉണ്ണി? വിശ്വസ്തരും, ഏതാപത്തിലും ഒപ്പം നിന്ന് സഹായിക്കുന്നവരും ആയ എത്രയോ വിഷ്ണുഭക്തന്മാരായ സുഹൃത്തുക്കളുണ്ടല്ലോ നമുക്ക്. പിന്നെ എന്തിനാണ് സ്നേഹിതരില്ലെന്ന് വ്യാകുലപ്പെടുന്നത്? ചെറിയ ഒരു അഭിപ്രായവ്യത്യാസംകൊണ്ടുപോലും അതേവരെ കഴിഞ്ഞതൊക്കെ മറന്ന് മിത്രഭാവം ഉപേക്ഷിച്ചുപോവുന്നവരേക്കാൾ എത്രയോ സുഖമുള്ളതല്ലേ ഭഗവത്ഭക്തരുടെ സൗഹൃദവും സ്നേഹവും?

മഹാമായയുടെ കൂത്തരങ്ങാണ് മുമ്പിൽ! എന്തെല്ലാം നാടകങ്ങൾ, നൃത്തങ്ങൾ, മിമിക്രികൾ! നോക്കിരസിക്കാം. അത്ഭുതപ്പെടാം. അതിനു മുമ്പിൽ മറ്റേത് വിലാസങ്ങളും ഗോഷ്ടികൾതന്നെ. രാഗദ്വേഷങ്ങൾക്കടിമപ്പെട്ട മനുഷ്യർ ഉണ്ടാക്കുകയും അവർതന്നെ തകർക്കുകയും ചെയ്യുന്ന ബന്ധങ്ങളെ നോക്കിയിരിക്കുന്ന പൂന്താനത്തിന് അത് വെറും ഗോഷ്ടികളായിട്ട് തോന്നുന്നതിൽ അത്ഭുതവുമില്ല.

'വസുധൈവ കുടുംബകം' എന്ന സങ്കല്പം നമുക്ക് എത്രയോ മുമ്പു തന്നെ ഉണ്ടായതാണ്. ഈ ഭൂമിയാണ് എന്റെ കുടുംബം. അല്ലെങ്കിൽ, ഈ ഭൂമിയിലുള്ള സകലരും ഒരൊറ്റ കുടുംബത്തിലുള്ളവരാണ്. അതു തന്നെയാണ് പൂന്താനവും പറയുന്നത്. ഈ വിശ്വത്തിന് ഒരു നാഥനേ യുള്ളൂ. ഒരേ ഒരു നാഥനേയുള്ളൂ. വിശ്വനാഥനായ ജഗദീശ്വരൻ. ചരാചര ങ്ങളുടെയൊക്കെ മാതാവായിട്ട് വിശ്വധാത്രിയും ഉണ്ട്. ധാത്രി = നില നിർത്തുന്നവൾ. ഇവിടെ അസാധാരണമായ ഒരു ജീവൈക്യബോധം വരുത്തുന്നു കവി. ഈ ഭുവനത്തിലെ ഭൂതികൾ = ഐശ്വര്യം ഇവിടെ വരുന്നവർക്കൊക്കെ ഒരുപോലെ അവകാശപ്പെട്ടതുമാണ്. ജീവന്റെ നില നില്പിന് അത്യാവശ്യമായ എല്ലാ ഭൂതികളും വിശ്വനാഥൻ നല്കുന്നുണ്ട്. സൂര്യൻ കൃത്യമായി മുറതെറ്റാതെ ഉദിച്ച് വെളിച്ചവും ചൂടും തരുന്നത് സ്വകാര്യമായിട്ടല്ല. ചരാചരങ്ങൾക്കൊക്കെ ആയിട്ടാണ്. കാറ്റ് വീശു ന്നതും മേഘം വർഷിക്കുന്നതുമൊന്നും ഒറ്റയ്ക്കൊറ്റയ്ക്ക് ഇഷ്ട ക്കാർക്കുമാത്രം വേണ്ടിയിട്ടല്ല. കാടുകളിൽ മരങ്ങൾ പൂക്കുന്നതും കായ്ക്കുന്നതുമൊന്നും സ്വകാര്യമായിട്ടല്ല. ഇതിന്നൊക്കെപ്പുറമെ നമ്മെ യൊക്കെ നിരന്തരം നോക്കിസംരക്ഷിക്കുവാൻ വിശ്വധാത്രിയും ഉണ്ട്. (ഈ ആശയത്തിൽ മഹാകവി വള്ളത്തോളിന്റെ ഒരു ശ്ലോകമുണ്ട്-

"ശ്യാമപ്പൂമെത്ത, ചഞ്ചൽകുളുർവിശറി മണീ
കീർണ്ണമാം നീലമേലാ-
പ്പോമൽത്തങ്കഗ്ഗുളോപ്പീവക വിഭവശതം
ചേർന്ന കേളീഗൃഹം മേ
പ്രേമത്താലേ സ്വയം തന്നരുളിയ പരമോ
ദാര-ശീലന്റെ മുമ്പിൽ
കാമത്താൽ കൊച്ചുകൈക്കുമ്പിളിതഹഹ
മലർത്തുന്ന ഞാനെത്രഭോഷൻ.")

ആ അടങ്ങാത്ത കാമം തന്നെയാണ് നമ്മൾ അനാഥരാണ് എന്ന് തോന്നിക്കുന്നത്. ജീവിതം ഈ കാമപൂർത്തിയ്ക്കുള്ളതാക്കാതിരിക്കൂ എന്നുതന്നെ പൂന്താനം വീണ്ടും വീണ്ടും അഭ്യർത്ഥിക്കുന്നു.

നാമജപം

സക്തികൂടാതെ നാമങ്ങളെപ്പോഴും
ഭക്തിപൂണ്ടു ജപിക്കണം നമ്മുടെ
സിദ്ധകാലം കഴിവോളമീ വണ്ണം
ശ്രദ്ധയോടെ വസിക്കേണമേവരും
കാണാകുന്ന ചരാചരജീവിയെ
നാണംകൈവിട്ടു കൂപ്പി സ്തുതിക്കണം
ഹരിഷാശ്രു പരിപ്ലുതനായീട്ടു
പരുഷാദികളൊക്കെസ്സഹിച്ചുടൻ
സജ്ജനങ്ങളെ കാണുന്നനേരത്തു
ലജ്ജ കൂടാതെ വീണു നമിക്കണം.
ഭക്തി തന്നിൽ മുഴുകിച്ചമഞ്ഞുടൻ
മത്തനെപ്പോലെ നൃത്തം കുതിക്കണം
പാരിലിങ്ങിനെ സഞ്ചരിച്ചീടുമ്പോൾ
പ്രാരബ്ധങ്ങളശേഷമൊഴിഞ്ഞിട്ടും
വിധിച്ചീടുന്ന കർമ്മമൊടുങ്ങുമ്പോൾ
പതിച്ചീടുന്നു ദേഹമൊരേടത്ത്
കൊതിച്ചീടുന്ന ബ്രഹ്മത്തെക്കണ്ടിട്ട്
കുതിച്ചീടുന്നു ജീവനുമപ്പൊഴേ
സക്തി വേറിട്ടു സഞ്ചരിച്ചീടുമ്പോൾ
പാത്രമായില്ലയെന്നതുകൊണ്ടേതും
പരിതാപം മനസ്സിൽ മുഴുകേണ്ട
തിരുനാമത്തിൻ മാഹാത്മ്യം കേട്ടാലും.

ഈ പ്രപഞ്ചത്തിൽ നിഷ്കാമനായി ജീവിക്കാനുള്ള ഒരു ഉപായം കവി പറയുന്നു. സക്തി ഈ ഭോഗവസ്തുക്കളിൽനിന്ന് വിടുവിച്ച്

ഭഗവാനിലേയ്ക്കാക്കുക. ഈ കാണുന്നതൊക്കെ ഭഗവാന്റെ വിഭൂതി കളാണ് എന്ന ധാരണയോടെ മനസ്സിൽനിന്ന് രാഗദ്വേഷങ്ങൾ മാറ്റി നിരന്തരം ഭക്തിയോടെ നാമം ജപിക്കുക, നമുക്ക് വിധിച്ചിട്ടുള്ള ജീവിത സമയം തീരുംവരെ. ഏത് ജീവി മുന്നിൽപെട്ടാലും അതിലെ ഈശ്വ രാംശം മനസ്സിലാക്കിക്കൊണ്ട് നാണം കരുതാതെത്തന്നെ കൈകൂപ്പി വന്ദിക്കണം, ഉള്ളിൽ നിറഞ്ഞ സന്തോഷംകൊണ്ടുണ്ടാവുന്ന കണ്ണു നീരോടുകൂടിത്തന്നെ. കാരണം, ഒരു ഈശ്വരാംശത്തെയാണല്ലോ മുന്നിൽ കാണുന്നത്! ആരെങ്കിലും അതുകണ്ട് നിന്ദിക്കുകയോ, പരുഷ വാക്കുകൾ പറയുകയോ ചെയ്താലും അത് കാര്യമാക്കാതെ സഹി ക്കണം. സദാ ഈശ്വരാർപ്പണമായി ജീവിതം കഴിക്കുന്ന സജ്ജനങ്ങളെ കണ്ടാൽ ഒട്ടും ലജ്ജയില്ലാതെ വീണ് നമസ്കരിക്കുകതന്നെ വേണം.

കാരണം, നമ്മളെ മേല്പോട്ടുയർത്തുവാൻ സജ്ജനങ്ങൾക്കാണ് കഴിയുക. സജ്ജനസംസർഗ്ഗംകൊണ്ടാണ് ദാസീപുത്രനും ബാലനുമായ നാരദൻ ഭഗവദ്ഭക്തനും ദേവർഷിയുമായത്. അങ്ങനെ വേറെ പലരും. ഈശ്വരന്റെ അനന്തമായ സ്നേഹവായ്പ് ഉള്ളിൽനിറഞ്ഞ ഭക്തിയുടെ വറ്റാത്ത മാധുര്യം നിരന്തരം അനുഭവിക്കാറായാൽ ചുറ്റുപാടും മറന്ന് മത്തനെപ്പോലെ നൃത്തംചവിട്ടി കുതിക്കുന്നു. ഈ ലോകത്തിൽ ഇങ്ങനെ നിസ്സംഗനായി നടക്കാറായാൽ പ്രാരബ്ധങ്ങളൊക്കെ നമ്മളിൽനിന്ന് ഒഴിഞ്ഞുപോവും. ഈ പ്രാരബ്ധങ്ങൾ നമ്മൾ നിത്യേന കാണുന്ന കുളിയും ഊണും ജോലിയും പണം സമ്പാദിക്കലും എന്ന പ്രാരബ്ധങ്ങളല്ല. ജന്മാന്തരങ്ങളായി നമ്മളെ പിന്തുടരുന്ന പ്രാര ബ്ധങ്ങൾ - മോചനത്തെ തടഞ്ഞുകൊണ്ട് നമ്മളെ പിടികൂടിയ പ്രാരബ്ധങ്ങൾ. അത്രത്തോളമാവുമ്പോൾ, നമുക്കു വിധിച്ചിട്ടുള്ള ജീവിതകാലം അവസാനിച്ച് കർമ്മം ഒടുങ്ങുമ്പോൾ ശരീരം എവിടെ യെങ്കിലും വീഴുന്നു. അതിലുണ്ടായിരുന്ന ജീവൻ അത്യധികമായ ആനന്ദത്തോടെ, ലക്ഷ്യപ്രാപ്തി കൈവന്ന നിർവൃതിയോടെ പരബ്രഹ്മ ത്തിലേക്കു കുതിച്ച് സായൂജ്യം അടയുകയും ചെയ്യുന്നു! അത് ശക്തി യായ കുതിച്ചുയരൽ തന്നെയാണ്. അനേകജന്മങ്ങളുടെ ബന്ധന ത്തിൽനിന്നുള്ള മോചനമാണ്. ഒരു കുതിച്ചുയരലാണ്. തടുത്താൽ നില്ക്കാത്ത കുതിപ്പ്. തിരിഞ്ഞുനോക്കേണ്ടാത്ത കുതിപ്പ്!

എന്നാൽ, കവി ഇവിടെ നമുക്കൊരു ആശ്വാസം ചൂണ്ടിക്കാട്ടുന്നു മുണ്ട്. അഥവാ ഇങ്ങനെ ഒരു ജീവിതഗതിക്കു നിങ്ങൾ പാത്രമായില്ല എന്നുണ്ടെങ്കിൽ, അതിനെച്ചൊല്ലി ഒട്ടും ദുഃഖവും നിരാശയും വേണ്ട.

ഏത് സംസാരക്കടലും താണ്ടുവാനുള്ള തുഴയുണ്ടല്ലോ നമുക്ക് - തിരുനാമജപം. ആ നാമജപത്തിന്റെ മാഹാത്മ്യം നിങ്ങൾ ഒന്നുകൂടി അറിയുവിൻ.

ജാതിപാർക്കിലൊരന്ത്യജനാകിലും
വേദവാദി മഹീസുരനാകിലും
നാവുകൂടാതെ ജാതന്മാരാകിയ
മൂകരെയങ്ങൊഴിച്ചുള്ള മാനുഷർ
എണ്ണമറ്റ തിരുനാമമുള്ളതിൽ
ഒന്നുമാത്രമൊരിക്കലൊരുദിനം
സ്വസ്ഥനായിട്ടിരിക്കുമ്പോഴെങ്കിലും
സ്വപ്നത്തിൽത്താനറിയാതെയെങ്കിലും
മറ്റൊന്നായിപ്പരിഹസിച്ചെങ്കിലും
മറ്റൊരുത്തർക്കുവേണ്ടിയെന്നാകിലും
ഏതു ദിക്കിലിരിക്കിലും തന്നുടെ
നാവുകൊണ്ടിതു ചൊല്ലിയെന്നാകിലും
അതുമല്ലൊരു നേരമൊരുദിനം
ചെവികൊണ്ടിതുകേട്ടുവെന്നാകിലും
ജന്മസാഫല്യമപ്പൊഴേ വന്നുപോയ്
ബ്രഹ്മസായൂജ്യം കിട്ടീടുമെന്നല്ലോ.

എന്താണ് തിരുനാമജപത്തിന്റെ മാഹാത്മ്യം? അതിന് യാതൊരു നിബന്ധനകളും ഇല്ല എന്നാണ് പ്രഥമമായിട്ടുള്ളത്. ജാത്യാചാരങ്ങൾ നടപ്പാവുന്നതിനും മുമ്പുണ്ടായതാണ് ജപയജ്ഞം. ജാതി വന്നപ്പോഴും അതിന്റെ തിരസ്കാരങ്ങൾ നാമജപത്തിനെ ബാധിച്ചതും ഇല്ല. ആദ്യജൻ, അന്ത്യജൻ എന്ന വേർതിരിവുകളും ഇല്ലേ ഇല്ല. തിരുനാമ ജപംകൊണ്ടും കീർത്തനാലാപനങ്ങൾകൊണ്ടും ബ്രഹ്മസായൂജ്യം നേടിയ ഭഗവദ്ഭക്തനായിരുന്ന 'നന്ദനാർ' അധഃകൃതം എന്ന് വിധിക്കപ്പെട്ട പറയജാതിയിൽ ജനിച്ചവനായിരുന്നു. ശിവഭക്തനായിരുന്ന നന്ദനാർ കുട്ടിക്കാലത്തുതന്നെ ശിവനാമങ്ങളും ശിവസ്തോത്രങ്ങളും കേട്ട് അതുപോലെ ജപിച്ചിരുന്നു. ആ നാട്ടിൽ ശൈവവൈഷ്ണവ സംഘട്ടനങ്ങൾ നടന്നിരുന്ന കാലമായിരുന്നു. വൈഷ്ണവരെ വെല്ലുവിളിച്ച് ശൈവർ ഉറക്കെ ശിവനാമങ്ങൾ ജപിച്ച് വഴിയിലൂടെ നടക്കുമായിരുന്നു.

ബാലനായിരുന്ന നന്ദനാർ അകലെ മറഞ്ഞുനിന്ന് അത് കേട്ട് അതു പോലെ ജപിക്കും. ആ പ്രദേശത്തുള്ള ശിവക്ഷേത്രത്തിന്റെ മുന്നിലൂടെ ഒരു ചെറിയ പുഴ ഒഴുകിയിരുന്നു. അതിന്റെ മറുകരയിലിരുന്ന് (അയിത്ത പ്പാടകലെ) ഈ കുട്ടിയും അമ്പലത്തിലേക്കു നോക്കി തൊഴും. പക്ഷേ, ബലിക്കൽപുരയിൽ നന്ദികേശ്വരനായ ഋഷഭത്തിന്റെ ബിംബമുണ്ടായി രുന്നതിനാൽ അകലെനിന്നു നോക്കുമ്പോൾ ഭഗവാന്റെ വിഗ്രഹം കാണില്ല. കുട്ടി ചാഞ്ഞും ചരിഞ്ഞും നോക്കിയിട്ടും വിഗ്രഹം കാണു ന്നില്ല. "അങ്ങയെ കാണാനുള്ള ഭാഗ്യമുണ്ടാവുന്നില്ല, മറവുണ്ടല്ലോ ഭഗവാനേ..." എന്ന് ആ ബാലൻ ഭക്തിപൂർവ്വം വിലപിച്ചപ്പോൾ, നന്ദി കേശ്വരന്റെ കരിങ്കല്ലുബിംബം തനിയെ മാറി ഇരുന്ന് ആ ഭക്തന് ഭഗ വദ്ദർശനം സാധിപ്പിച്ചു. അതിനുശേഷമാണ് അദ്ദേഹം 'നന്ദനാർ' ആയത് എന്നാണ് പറയപ്പെടുന്നത്. അതിനുശേഷം, അമ്പലത്തിൽ കടന്ന് ഭഗവാനെ വണങ്ങണം എന്നായി നന്ദനാർക്ക് ആഗ്രഹം. ജാതി വ്യവസ്ഥ കർശനമായി പാലിച്ചിരുന്ന കാലമായിരുന്നു. ക്ഷേത്രാധി കാരികളോട് നന്ദനാരുടെ ആഗ്രഹം പറഞ്ഞപ്പോൾ ആദ്യം അവർ സമ്മതിച്ചില്ല. അവസാനം ഒരു വ്യവസ്ഥ വച്ചു. അനവധി കാതം വിസ്തീർണ്ണമുള്ള ഒരു സ്ഥലം കാണിച്ചുകൊടുത്തു. അത് വെട്ടി നിരത്തി ഒറ്റ രാത്രികൊണ്ട് കിളച്ചുപരത്തി ഉഴുത് വിത്തുവിതയ്ക്ക ണം. എന്നാൽ അമ്പലത്തിൽ കടക്കാം. നന്ദനാർ പിൻമാറിയില്ല. ശിവ നാമം ജപിച്ച് കയ്ക്കോട്ടുമായിട്ടു പുറപ്പെട്ടു. ഭക്തദാസനായ പരമേശ്വ രന് ഇത് കണ്ടുകൊണ്ടിരിക്കാനായില്ല. തന്റെ ശക്തി ഭക്തനിലേക്ക് ആവേശിച്ചു. പിന്നെ, ആർക്കെന്തിനാ ബുദ്ധിമുട്ട്? ഒറ്റ രാത്രികൊണ്ടു തന്നെ നന്ദനാർ പണി പൂർത്തിയാക്കി.

ചിദംബരത്തുപോയി ഭഗവാനെ വണങ്ങണം എന്നത് നന്ദനാരുടെ വലിയ ഒരാഗ്രഹമായിരുന്നു. അവിടെ പ്രാമാണികന്മാരായ ദീക്ഷിത ന്മാർ ഭരിക്കുകയും ഭജിക്കുകയും ചെയ്യുന്ന കാലം. ഒരു അന്ത്യജനായ നന്ദനാർക്ക് പ്രവേശനം കൊടുക്കുന്നതെങ്ങനെ? നന്ദനാർ ചിദം ബരത്തുപോയി, അമ്പലത്തിന്റെ അകലെയുള്ള ഒരു ഊടുവഴിയിൽക്കൂടി നടന്ന് നിർത്താതെ നാമം ജപിച്ചുകൊണ്ട് ക്ഷേത്രത്തിന് പ്രദക്ഷിണം വച്ചുകൊണ്ടിരുന്നു. ഒടുവിൽ, ക്ഷീണിച്ച് വഴിയുടെ ഒരരുകിൽ കിടന്ന് ഉറങ്ങുകയും ചെയ്തു. അന്നു രാത്രി ക്ഷേത്രഭരണക്കാർ യോഗം കൂടി ഒരു കാര്യം തീരുമാനിച്ചിരുന്നു - ക്ഷേത്രത്തിനു മുമ്പിൽ വലുതായിട്ട് അഗ്നി ജ്വലിപ്പിക്കുക. നന്ദനാർ അതിലൂടെ നടന്നുവരാമെങ്കിൽ

അമ്പലത്തിൽ കടന്ന് ഭഗവാനെ വണങ്ങാം. വഴിയിൽ കിടന്നുറങ്ങുമ്പോൾ നന്ദനാർ ഒരു സ്വപ്നം കണ്ടു-

സാക്ഷാൽ മഹാദേവൻ അടുത്തുവന്ന് തൊട്ടുണർത്തി പറയുന്നു- “നാളെ, അമ്പലത്തിനു മുന്നിലുള്ള അഗ്നിജ്വാലയിലൂടെ നടന്ന് വന്നോളൂ. ഭയപ്പെടേണ്ട.” നന്ദനാർ പിടഞ്ഞെണീറ്റിരുന്നു. ആരാണീ പറഞ്ഞത്? ആരേയും കാണുന്നില്ല. പക്ഷേ, വിഭൂതിയുടെ സുഗന്ധം വരുന്നു. ആ ശബ്ദത്തിന്റെ മുഴക്കം ചെവിയിൽ. അപ്പോഴും നന്ദനാർ നിർത്താതെ നാമം ജപിച്ചു. ശിവ ശിവ.... രാവിലെ പുഴയിൽ മുങ്ങിക്കുളിച്ചു. ഭസ്മം പൂശി. തലേന്ന് രാത്രി കേട്ട ശബ്ദം ഓർത്തുകൊണ്ട് “ശംഭോ! മഹാദേവ! ശിവശിവാ!” എന്ന് ജപിച്ചുകൊണ്ടുതന്നെ അമ്പലത്തിലേക്കു വന്നു. തീ ആളിക്കത്തുകയാണ് അമ്പലമുറ്റത്ത് മുഴുവൻ. നന്ദനാർക്ക് ഭയം തോന്നിയില്ല. സങ്കോചവും ഉണ്ടായില്ല. തിരുനെറ്റിയിൽ അഗ്നിയേയും ശിരസ്സിൽ ഗംഗയേയും ധരിച്ച ഭഗവാൻ കൂടെ നിന്ന് കൈപിടിക്കുന്നതുപോലെ തോന്നി. മുമ്പിൽ മറ്റൊന്നും കാണുന്നില്ല. ഭഗവാൻ മാത്രം. ആ തീയിലൂടെ നേരെ നടന്നു. അമ്പലത്തിലേക്കു കടന്നു. ശ്രീലകത്തിന്റെ വാതിൽ തുറന്ന് ഉള്ളിലേക്കു കടക്കുന്നത് പുറത്തുനിന്നിരുന്നവർ കണ്ടു. പക്ഷേ, നന്ദനാർ പിന്നെ പുറത്തേക്കു വന്നതേയില്ല. ആരും കണ്ടതുമില്ലാ! വേദവാദികളും ശാസ്ത്രാഭ്യാസം കഴിഞ്ഞവരുമായ മഹീസുരന്മാരും അവലംബിച്ചിരുന്നത് തിരുനാമജപത്തെത്തന്നെയാണ്. ഭക്തനും ഭാഗവതപ്രചാരകനും ആയിരുന്ന കൂടല്ലൂർ കുഞ്ഞിക്കാവ് നമ്പൂതിരിപ്പാട് ചിട്ടയോടെ വേദാഭ്യാസം നടത്തിയവനും ശാസ്ത്രപണ്ഡിതനുമായ മഹീസുരനായിരുന്നു. അദ്ദേഹം “ഹരേരാമ ഹരേരാമ...” എന്ന നാമത്തിലൂടെയാണ് ഭഗവാനെ ഉപാസിച്ചിരുന്നത്. ഗുരുവായൂര് കിഴക്ക് ഗോപുരനടയിൽ നിന്നിരുന്ന കാക്കാത്തി വംശത്തിൽ പിറന്ന ഒരു സ്ത്രീയുടെ മുമ്പിൽ കുഞ്ഞിക്കാവ് നമ്പൂതിരിപ്പാട് “കാക്കാത്തിയായ പരബ്രഹ്മത്തിന് നമസ്കാരം” എന്നു പറഞ്ഞ് ദീർഘനമസ്കാരം ചെയ്തു എന്നും കുറച്ചു സമയത്തിന് അവർക്ക് അവിടെനിന്ന് ഇളകുവാൻ വയ്യാതായി എന്നും കണ്ടുനിന്നവർ പറഞ്ഞുകേട്ടിട്ടുണ്ട്.

ഭഗവാന്റെ നാമങ്ങൾ എണ്ണിത്തീർക്കുവാൻ പറ്റാത്ത അത്രയ്ക്കുണ്ട്. അതിൽ ഏതെങ്കിലും ഒന്ന് എല്ലാ ദിവസവും ജപിക്കുക. ജീവിതത്തിലെ മറ്റു പലേ വ്യാപാരങ്ങൾക്കുമിടയിൽ കിട്ടുന്ന സ്വസ്ഥമായ സമയത്ത് ഭഗവത് സ്മരണയോടെ ജപിച്ചാൽ മതി. ഈ യജ്ഞത്തിന്

ധ്യാനത്തിനേയോ മറ്റു സാധനകളേയോപോലെ ഉള്ള മുന്നൊരുക്ക ങ്ങളും പരിശീലനങ്ങളും ഒന്നും വേണ്ട. യാഗാദികർമ്മങ്ങളെപ്പോലെ യുള്ള പണച്ചിലവും സംഭാരങ്ങളും പഠിപ്പും ഒന്നും വേണ്ട. പൂജ, നിവേദ്യം മുതലായവയ്ക്കുള്ള പ്രത്യേക സ്ഥാനമോ, ഒരുക്കങ്ങളോ ഒന്നും വേണ്ട. ക്ലിപ്തമായ സമയത്തിന്റെ നിബന്ധനയുമില്ല.

"ഋതുവായ പെണ്ണിനു മിരപ്പന്നു ദാഹകനും
പതിതന്നും അഗ്നിയജനം ചെയ്ത ഭൂസുരനും
ഹരിനാമകീർത്തനമിതൊരുനാളുമാർക്കു മുട-
നരുതാത്തതല്ല ഹരി നാരായണായനമഃ"

എന്നാണ് തുഞ്ചത്ത് എഴുത്തച്ഛൻ പറഞ്ഞിരിക്കുന്നത്. ഉറങ്ങു മ്പോൾപോലും നിർത്താതെ നാമം ജപിക്കുന്നവർ നമുക്കുചുറ്റും ധാരാളമുണ്ട്. വഴിനടക്കുമ്പോൾ, വാഹനങ്ങളിലിരിക്കുമ്പോൾ, തടവു മുറിയിൽ കഴിയുമ്പോൾ എല്ലാം തടസ്സമില്ലാതെ നാമം ജപിക്കാറുണ്ട്. കുറേ ജപിച്ചുകഴിയുമ്പോൾ ആ നാമവുമായിട്ട് നമ്മുടെ മനസ്സ് താദാത്മ്യ പ്പെടുന്നു. കർമ്മങ്ങൾ ചെയ്യുമ്പോഴും ചെയ്യാതിരിക്കുമ്പോഴും ബോധം ഈശ്വരപരമാവുന്നു. അതു വളർന്ന് ശ്രീകൃഷ്ണചൈതന്യപ്രഭുവിനെ യൊക്കെപോലെ സായുജ്യാവസ്ഥയിലേക്ക് എത്തുകയും ചെയ്യുന്നു.

നാവുകൊണ്ട് ജപിക്കുവാൻ പറ്റാത്ത അവസ്ഥയിലെത്തിയവരെ മറ്റുള്ളവർ അടുത്തിരുന്ന് നാമം ജപിച്ച് കേൾപ്പിച്ചാലും മതി എന്നാണ് പൂന്താനം പറയുന്നത്. ഒരാളുടെ മരണസമയത്ത് മറ്റുള്ളവർ ചുറ്റും നിന്ന് ഉറക്കെ നാമങ്ങളും മന്ത്രങ്ങളും ജപിക്കുന്നത് ഈ ഫലസിദ്ധി അറിഞ്ഞിട്ടാവും.

ശ്രീധരാചാര്യർ താനും പറഞ്ഞിതു
ബാദരായണൻ താനുമരുൾ ചെയ്തു
ഗീതയും പറഞ്ഞീടുന്നതിങ്ങനെ
വേദവും ബഹുമാനിച്ചു ചൊല്ലുന്നു
ആമോദം പൂണ്ടു ചൊല്ലുവിൻ നാമങ്ങൾ
ആനന്ദം പൂണ്ടു ബ്രഹ്മത്തിൽ ചേരുവാൻ
മതിയുണ്ടെങ്കിലൊക്കെ മതിയിതു
തിരുനാമത്തിൻ മാഹാത്മ്യമാമിതു
പിഴയാകിലും പിഴകേടെന്നാകിലും
തിരുവുള്ളമരുൾക ഭഗവാനേ!

ഇത്രത്തോളമൊക്കെ പറഞ്ഞതിനുശേഷം വിനയാന്വിതനായി ത്തന്നെ പൂന്താനം ഈ ജ്ഞാനപ്പാന ഉപസംഹരിക്കുകയാണ്. ഇത്ര നേരം ഞാനീ പറഞ്ഞത് എന്റെ മാത്രം അഭിപ്രായമല്ല; ഞാൻ ഉണ്ടാക്കി പറയുന്നതുമല്ല. അനുഭവസ്ഥരും, മഹാജ്ഞാനികളും പറഞ്ഞതാണ്. സാക്ഷാൽ നരസിംഹമൂർത്തിയെ ശ്രദ്ധാഭക്തികളോടെ ഉപാസിച്ച് പ്രത്യക്ഷനാക്കിയ ഭക്തനും മഹാപണ്ഡിതനുമായിരുന്നു ശ്രീധരാ ചാര്യർ. മഹാഭാഗവതത്തിന് 'ശ്രീധരീയം' എന്ന ഒരു പ്രൗഢവ്യാഖ്യാനം എഴുതിയിട്ടുണ്ട്. ഭഗവദ്ഗീതയ്ക്കും വ്യാഖ്യാനമുണ്ടാക്കിയിട്ടുണ്ട്. ആ ശ്രീധരാചാര്യരും പറഞ്ഞിട്ടുള്ളത് തിരുനാമജപയജ്ഞംകൊണ്ട് സംസാരമുക്തിനേടാം എന്നാണ്. വേദവ്യാസമഹർഷിയും തന്റെ ഗ്രന്ഥ ങ്ങളിൽ സുലഭമായി ഈ അഭിപ്രായം പറയുന്നുണ്ട്. വേദത്തിലും ഭഗ വദ്ഗീതയിലുമൊക്കെ ഈ ആശയം പ്രകടമാണ്. അതിനാൽ അറിവി ല്ലാത്ത ഞാൻ പറയുന്നു എന്നു കരുതി നിങ്ങളീ നാമജപത്തിൽ ഉപേക്ഷ വരുത്തരുത് എന്നു പറഞ്ഞ് സ്വന്തം അഹങ്കാരരാഹിത്യത്തേയും നിറഞ്ഞ വിനയത്തേയും പ്രത്യക്ഷമാക്കുന്നു. ഒരേ ഒരു അപേക്ഷയേ പൂന്താനത്തിനുള്ളൂ. ദുഃഖമേയില്ലാത്ത പരബ്രഹ്മത്തിലെത്തുവാനായി നിങ്ങളെല്ലാം നിലയ്ക്കാത്ത സന്തോഷത്തോടെ ശ്രദ്ധയോടെ നാമം ജപിക്കുവിൻ- ഒടുവിൽ, തന്റെ ഈ സൃഷ്ടിയെപ്പറ്റിയും കവി വിലയി രുത്തുന്നു. തിരുനാമത്തിന്റെ മാഹാത്മ്യമാണ് ഞാനീ കൃതിയിൽ കീർത്തി ച്ചത്. ബ്രഹ്മസായുജ്യം ആഗ്രഹിക്കുന്നവർക്ക് ഇത് സഹായകമാവട്ടെ! ഈ കൃതിയെ ഭഗവാൻ തിരുവുള്ളം തന്ന് അനുഗ്രഹിക്കേണമേ!

ഹരേ! മുകുന്ദാ!

അനുബന്ധം

കുമാരാഹരണം പാന

“ശ്രീമഹാഗണനാഥനും വാണിയും
ശ്രീമണാളനും വാഴ്ക ഗിരീശനും
ശ്രീനീലകണ്ഠനെൻ ഗുരുനാഥന്റെ
ശ്രീപാദങ്ങളും വാഴ്ക വിശേഷിച്ചും.
മതിചേർന്ന കുമാരാഹരണമാം
കഥതന്നിൽ മുഴുകിച്ചമകയാൽ
അതുകൊണ്ടിതാ വാഴ്ത്തി സ്തുതിക്കുന്നേൻ
അതിമോഹമിതെന്നേ പറയാവൂ.
മതിയില്ലാ നമുക്കതിനെങ്കിലും
മതിയുണ്ടെന്നു വെയ്ക്ക, മഹാജനം.
എങ്കിലോ പണ്ടു കൃഷ്ണൻ തിരുവടി
സങ്കടം തീർത്തു ധാത്രിക്കനന്തരം
മങ്കമാർ പതിനാറായിരത്തെട്ടും
സംഖ്യയില്ലാതോളം തനയന്മാരും
ജ്യേഷ്ഠനാകിയ ശ്രീബലഭദ്രരും
ഇഷ്ടനായ് മരുവീടും കിരീടിയും
അറ്റമില്ലാതവൃഷ്ണിവരന്മാരും
മറ്റുംനനായദുക്കളും താനുമായ്
വാരിരാശി നടുവിൽ വിളങ്ങിടും
ദ്വാരകാപുരി തന്നിലനാകുലം
പൃഥ്വീചക്രവും കാത്തു ജഗത്പതി
സ്വസ്ഥനായ് മരുവീടുന്നകാലത്ത്
അമ്മഹാപുരി, തന്നിലൊരേടത്തു
സമ്മതനായ ഭൂസുരൻ തന്നുടെ
ധർമ്മദാരങ്ങൾ പെറ്റൊരു ബാലകൻ
കർമ്മമെന്യെ മരിച്ചുവിധിബലാൽ
ഖിന്നനായി മഹീസുരനപ്പോഴേ
ചെന്നുവൃത്താന്തം കേൾപ്പിച്ചു നാഥനെ
ഇന്നിനിക്കിതുവണ്ണം വരുവതി-
ന്നെന്തുബന്ധം കരുണാജലനിധേ?
ബന്ധമോക്ഷങ്ങളെന്നിവ ധർമ്മങ്ങൾ
നിന്തിരുവടിക്കില്ലെന്നു കേൾപ്പു ഞാൻ
എന്നെ നീ പരിപാലിക്കകൊണ്ടല്ലോ
ദ്വന്ദ്വഭാവം ധരിത്രിയിലില്ലാത്തു?
എന്നിരിക്കെ എനിക്കൊരു സങ്കടം
എന്തയ്യോ പാപം ഇങ്ങിനെ വന്നതും”
എന്നെല്ലാം വിലപിക്കുന്ന വിപ്രനോ-
ടേതുമൊന്നരുളീലാ മുകിൽ വർണ്ണൻ
തന്തിരുമനസ്സെന്തെന്നറിയാഞ്ഞി-
ട്ടേതുമൊന്നു വിളക്കീലൊരുത്തനും.
എന്താവൂ മമ കർമ്മമിതൊക്കെയു-
മെന്നുവെച്ചിങ്ങുപോന്നിതു വിപ്രനും
പിന്നേയും പ്രസവിച്ചിതു പത്നിതാ-
നൊന്നുമിങ്ങു ലഭിച്ചീല്ല ബാലന്മാർ.
അന്യായം ചെന്നുണർത്തിക്കുമപ്പൊഴേ
അങ്ങതിന്നൊരു ഭാവമില്ലാതാർക്കുമേ
അന്നന്നിങ്ങനെയുണ്ടായ് മരിച്ചുപോ
യൊന്നുരണ്ടല്ലൊരെട്ടു കുമാരന്മാർ.
ഒമ്പതാമതൊരുണ്ണി പിറന്നപ്പോൾ
സംഭ്രമത്തോടെ ചെന്നു മഹീസുരൻ
അപ്പോഴത്തെ അവസ്ഥ നിരൂപിപ്പാൻ
കെല്പുപോരാ നമുക്കെന്റെ ദൈവമേ!
വിപ്രൻ ചെന്നു കിടാവിനെ നോക്കുമ്പോൾ
വീർപ്പുമാത്രവുമില്ലാ കുമാരന്
പാപമെന്തിനിരിക്കുന്നു ഞാനെന്നു
വാവിട്ടൊന്നലറി മഹീദേവനും.
ചോരയോടെ എടുത്തുതൻ മാറത്തു
കരംകൊണ്ടു തൊഴിച്ചു കരകയും
“അയ്യോ ബാലകാ എന്തു നീ ഇങ്ങനെ
കൈയും കാലും ഇളക്കിക്കരയാത്തു?

കെ.ബി.ശ്രീദേവി

അയ്യോ ഞാൻ ചെയ്ത പുണ്യങ്ങളൊക്കെയും
പൊയ്യായീട്ടോ വരുന്നുവാനീശ്വരാ!
കഷ്ടമെന്തിതു കൃഷ്ണൻ തിരുവടി-
ക്കൊട്ടുചെന്നാൽ കരുണയുമില്ലല്ലോ
സന്തതം സുഖിച്ചീടുന്നിതെല്ലാരു-
മെന്തുഞാനൊന്നു വേറെ പിഴച്ചിതു?
കൃഷ്ണകൃഷ്ണയെന്നല്ലാതെ മറ്റൊരു
മിത്രഭാവമറിയുന്നതില്ല ഞാൻ
കഷ്ടമെന്നുടെ കട്ടക്കിടാവിതാ
ദൃഷ്ടിനിർത്തിക്കിടക്കുന്നു ദൈവമേ!
ഉണ്ണി നിന്നെ എടുത്തു മടിയിൽവെ-
ച്ചെണ്ണം കൂടാതെ ദാനങ്ങൾ ചെയ്കയും
ജാതകർമ്മം കഴിക്കയുമന്നേരം
മോദംകൊണ്ടുള്ള കണ്ണീർപൊഴിക്കയും
അങ്ങനെ സുഖിച്ചീടേണ്ട ഞാനിപ്പോ-
ളിങ്ങിനെ ദുഃഖിച്ചീടുന്നിതീശ്വരാ!"
എന്നീവണ്ണം പ്രലാപിച്ചുമോഹിച്ചും
തിണ്ണം വാവീട്ടലറിയുമന്നേരം
ശ്രീമണാളനിരുന്നരുളീടുന്ന
ശ്രീമദ്ദ്വാരകതന്നിലകം പുക്കാൻ
അതുനേരം ദയാനിധി കാർവർണ്ണൻ
മധുവാണികൾ ലീലാകലാനിധി
ചതുരാനന നാദികൾക്കെല്ലാർക്കും
മുതലായ പരബ്രഹ്മമൂർത്തി താൻ
കർമ്മാകർമ്മ വികർമ്മ പരായണൻ
ധർമ്മാധർമ്മ ഫലപ്രദനീശ്വരൻ
വാജിമേധം സമാരംഭിച്ചങ്ങനെ
ശാലതന്നിലകം പുക്കിരിക്കുന്നു.
മറ്റും നാനാജനങ്ങളോരോതരം
ചുറ്റും വന്നു ശ്രമിക്കയുമന്നേരം
മുറ്റത്തോരുക്കിടാവിന്റെ ദേഹത്തെ-
യൊട്ടേടംകൊണ്ടക്കാഴ്ചയായ് വെച്ചുടൻ
വിശ്വവാസികളൊക്കെ നടുങ്ങവെ
വിശ്വസാക്ഷിയോടീവണ്ണം ചൊല്ലിനാൻ:-
"ദുഷ്ടരായ മഹീപാലന്മാരുടെ
ദുഷ്ടതകൊണ്ടിവണ്ണമോരോതരം
നിഷ്ഠൂരമായ ബാലമരണങ്ങൾ
കഷ്ടമായീട്ടനുഭവിച്ചീടുന്നു.
ശിഷ്ടപാലനെന്നമ്പോടു ഭാവിച്ചു
കൃഷ്ണനെന്തിനിരുന്നു ഞെളിയുന്നു?
പതിനാറുസഹസ്രം മടവാർക്ക്
വീട്ടുവേലയ്ക്കു നന്നിവനെത്രയും!
അതികാമികളിൽ മുടിമന്നനെ-
ന്നതേയൊന്നു പറയാവൂ പാർക്കുമ്പോൾ
സ്വസ്ഥനായീട്ടിവണ്ണം മറ്റാരുള്ള-
തത്തലൊന്നുമറിയുന്നോനല്ലീവൻ.
ഒന്നുകൊണ്ടുമൊരിക്കലിവന്നൊരു
ഗുണമില്ലാ നിരൂപിച്ചുകാണുമ്പോൾ
മറ്റൊരുത്തരെക്കൊണ്ടു തനിക്കൊരു
സാധ്യമില്ലെന്നൊരുത്തനും വെയ്ക്കാമേ?
ലോകനാഥൻ താനെന്നു വരികിലും
ലൗകികത്തെക്കടന്നു നടക്കാമോ?
നിർമ്മരാദ്യമിതെന്നിയെ മറ്റൊരു
ധർമ്മാധർമ്മമിവന്നു തിരിയുമോ?
ഖേദംകൊണ്ടു പറയുന്നു ഞാൻ വൃഥാ
വേദവാക്കിനുമില്ലിവന്നാദരം.
ഇവൻതന്നെയുടയവനാകിലോ
ഇനിമേല്പോട്ടുനന്നു നമുക്കെല്ലാം"
എന്നെല്ലാം ചില വാക്കുകൾ കേട്ടപ്പോൾ
എന്നേ കഷ്ടമിതെന്നെന്നൊരു ജനം
പുത്രദുഃഖം പൊറാഞ്ഞൊരു ബ്രാഹ്മണൻ
കൃഷ്ണനോടറിയിക്കയെന്നാർ ചിലർ
പുത്രദുഃഖമുണ്ടെന്നാലു മീശനോ-
ടിത്രകോപിച്ചാലെന്തു ഫലമെടോ?
ആർത്തി നല്കീടുമീശ്വരനെങ്കിലും
പ്രാർത്ഥിക്കേ നമുക്കങ്ങോട്ടു ചെയ്യാവൂ
ഇന്നുതന്നെയല്ലീവണ്ണം കേൾക്കുമാ-
റെന്നുമുണ്ടിതു നിത്യമെന്നാർ ചിലർ.
എന്നാലും കടൽവർണ്ണനോടിങ്ങിനെ
തോന്നുമോ പറവാനെന്നിതു ചിലർ;
കഷ്ടമല്ലാ തിരുമനക്കാമ്പിങ്കൽ
മറ്റൊന്നുണ്ടതു കാണാമെന്നാർ ചിലർ
കഷ്ടമില്ലിനിമേലിലെന്നാർ ചിലർ
കഷ്ടവാക്കുകൾ നന്നല്ലെന്നാർ ചിലർ
കുറ്റമേവം പറകൊല്ലെന്നാർ ചിലർ
കുറ്റമല്ലാ പറഞ്ഞതെന്നാർ ചിലർ
എന്നുവേണ്ടാ പലരും പലവിധം
നിന്നുതങ്ങളിലിങ്ങിനെ ചൊല്ലുമ്പോൾ
ദുഷ്ടരായ മഹാവനമൊക്കവെ
കത്തിക്കാളുന്ന കാട്ടുതീയ്യർജ്ജുനൻ
ദൃഷ്ടിവാൾമുനയൊന്നു കുലുങ്ങവേ
പുഷ്ടരോഷമവീടുന്നെഴുന്നേറ്റു
ഗാണ്ഡീവത്തെ എടുത്തുവിരവോടെ
ചണ്ഡവേഗം ചെറുഞാണൊലിയിട്ടു.
ചുറ്റുംനിന്ന മഹാജനം കേൾക്കുമാ-
റിത്ഥമൊന്നു പറഞ്ഞു കപിധ്വജൻ
"നാടുവാഴിയായിട്ടിരിക്കുന്നിതു
നാടുരക്ഷിപ്പാനല്ലയോ ഭൂതലേ?

നാട്ടിലുള്ള പ്രജകളെ രക്ഷിപ്പാൻ
ശക്തിപോരാ ഇതെന്നു വരികിലും
വിപ്രജാതിയെ രക്ഷിക്കയെന്നതു
ക്ഷത്രിയർക്കു കുലധർമ്മമല്ലയോ?
ഒന്നിനും മതിപോരാതെയുള്ളവർ
പെണ്ണുങ്ങൾക്കു സമമെന്നറിഞ്ഞാലും
എന്നിരിക്കെയീ യാദവന്മാരിവ-
രെണ്ണമില്ലാ നിരൂപിച്ചുകാണുമ്പോൾ
എന്നവരിലൊരുത്തനും തോന്നുന്നി-
ല്ലിന്നീ വൃത്താന്തം കഷ്ടമെന്നുള്ളതും
ഭംഗിക്കോപ്പും ചമയവും വെൺമയും
നന്നു നന്നെന്നുതന്നേ പറയാവൂ!
അതുനില്ക്കട്ടെയിന്നിയൊരർഭകൻ
ഹിതമോടെപിറന്നു ഭവാനെങ്കിൽ
സുരനായകനന്ദനനർജ്ജുനൻ
പരിപാലിക്കുമെന്നതു നിർണ്ണയം.
വിപ്രന്മാരതി ഖിന്നന്മാരായിട്ട-
ങ്ങിപ്രകാരം പറയുന്ന വാക്കുകൾ
പൂരുവിന്റെ കുലത്തിൽപിറന്നൊരു
പൂരുഷന്നു സഹിക്കയില്ലേതുമേ.
ഇന്നിതിനു സഹായമായെന്നുടെ
ഗാണ്ഡീവംതന്നെ പോരുമറിഞ്ഞാലും
ഉഗ്രനായ മഹേശ്വരൻ തന്നുടെ
തൃക്കാലാണ് ചതിക്കയില്ലേതുമേ"

ഇത്തരം കുരുവീരൻ പറഞ്ഞതി-
നുത്തരമുരചെയ്തുമഹീസുരൻ
"ഭദ്രമായിപ്പറയുന്നുനീ ബല-
ഭദ്രനില്ലേ മഹാരഥനായിട്ട്
പ്രദ്യുമ്നാദികളായ വർക്കാർക്കുമേ
സാധ്യമായീലയെന്നതു നീയിപ്പോൾ
തീർച്ചയാക്കിപ്പറഞ്ഞതുകേട്ടിട്ടു
കാഴ്ചപോരാ നിനക്കെന്നുറച്ചു ഞാൻ
ഈശ്വരന്മാർക്കുമീശ്വരനാകിയ
കൃഷ്ണനെന്തുകൊണ്ടേതുമിളകാഞ്ഞു?
എന്നതേതും നിരൂപണംകൂടാതെ
എന്തു ഭോഷാ പറയുന്നതിങ്ങനെ?
കൊലയാനത്തലവനിരിക്കവെ
കുഴിയാനമദിക്കും കണക്കിനെ
നിന്നുള്ളിലൊരു ഭാവമുണ്ടെങ്കിലും
എന്നുള്ളിലിതു ചേരുകയില്ലെടോ!
ഭക്ഷിപ്പാനായി വന്ന നീയെപ്പോഴേ
രക്ഷിപ്പാൻ ശ്രമിക്കേണ്ട ജളമതേ!
ബ്രാഹ്മണരോടു വല്ലതും ചൊല്ലിയാൽ
സമ്മാനിക്കുമെന്നോർത്തു പറകയോ?"
ഇത്തരം ചില വാക്കുകൾ കേട്ടപ്പോ-
ളെത്രയുംപാരം കോപിച്ചു ഫൽഗുനൻ
നടേതാനൊരുനാളുമേകേളാത
കൊടുവാക്കുകൾ കേട്ടതിനുത്തരം
നടിച്ചൊന്നു പറഞ്ഞു വിജയനും
"കടുപ്പം പറയായ്കനീ ഭൂസുരാ!
ജിഷ്ണുവെന്നെന്റെ നാമമതിനുടെ-
യർത്ഥമെന്തെന്നു ചിന്തിച്ചുചൊല്കനീ
പൊട്ടനെന്നു ഭവാനുള്ളിലുണ്ടെങ്കിൽ
കേട്ടാലും മമവിക്രമമോരോന്നേ
മടുത്താർശരവൈരിപുരാനുടെ-
യടിത്താരിണകൂപ്പുവാൻ ചെന്നപ്പോൾ
അടുത്തുവന്നു വേടനായെന്നുടെ
പടുത്വമറിവാൻ പരമേശ്വരൻ
എടുത്തുകുലവില്ലുമായെത്തി ഞാൻ
നടിച്ചു തിരുമേനിമേലെയ്തപ്പോൾ

മിടുക്കുണ്ടെന്നു കണ്ടുടനപ്പൊഴേ
കടുക്കെന്നു തെളിഞ്ഞു പുരാന്തകൻ
പരമാസ്ത്രമെടുത്തിങ്ങുതന്നതിൽ
പരമെന്തറിയാഞ്ഞു ഭവാനയ്യോ
വീരന്മാരുടെ വീര്യം പരീക്ഷിപ്പാൻ
ചാലെ വച്ചൊരു വില്ലുകുലച്ചതും
മധുനേർമൊഴിമാല യതേറ്റതും
പൃഥ്വീപതിമാരെ ജയിച്ചതും
പെരുവെള്ളം കണക്കെ പരന്നൊരു
കുരുവംശത്തെയൊക്കെ മുടിച്ചതും
വിരുതുള്ള വിജയനെന്നുള്ളൊരു
വിളികൊണ്ടതും കേട്ടീലയോ ഭവാൻ?
ഇരിക്കട്ടെയതൊക്കെയുമിന്നിമേ-
ലൊരു ബാലകനുണ്ടായീയെങ്കിലോ
പ്രേതനാഥനെത്തന്നെയും വെന്നുഞാ-
നായുധത്തൊണ് കാത്തുതരുന്നുണ്ട്
ഇത്ഥമിന്നു പറഞ്ഞതു ചെയ്യായ്കി-
ലത്രയല്ലാ മഹീസുരാ കേട്ടാലും
ശക്തിയേറുന്ന ഗാണ്ഡീവത്തോടെ വീ-
ണഗ്നിതന്നിൽ മരിക്കുന്നതുണ്ടു ഞാൻ."

വിശ്വവീരനീവണ്ണം പറഞ്ഞപ്പോൾ
വിശ്വസിച്ചുമഹീസുരനെത്രയും
ചിത്തതാരഴിഞ്ഞാശീർവ്വാദങ്ങളും
പത്തുനൂറുസഹസ്രം ചെയ്തീടിനാൻ.

"ദുഃഖംകൊണ്ടു പറഞ്ഞിടുന്നെന്നുടെ
വാക്കിതൊന്നും മനസ്സിൽവെച്ചീടൊല്ലാ
പത്നിതന്നുടെ ഗർഭം തികയുമ്പോൾ
പാർത്ഥ നിന്നെയും കൊണ്ടുപോകുന്നുണ്ട്."
എന്നെല്ലാം പറഞ്ഞമ്പോടുപോയീനാ-
നാനന്ദത്തോടു ഭൂസുരനന്നേരം.

2

കർണ്ണവൈരി ധനഞ്ജയനിങ്ങിനെ
നിർണ്ണയിച്ചുപറഞ്ഞോരനന്തരം
പൃത്ഥ്വിദേവനുമങ്ങു ചെന്നപ്പോഴേ
പത്നിതന്നെയുമാശ്വസിപ്പിക്കുന്നു.
പെറ്റുവീണു നിലത്തുതന്നെകിട-
ന്നറ്റംകൂടാതെ കേണു മുറയിട്ടും
കറ്റവാർകുഴൽചുറ്റി മുഖത്തൊക്കെ
പറ്റുമാറു ചളിയിലുരുണ്ടിട്ടും
'ഉലകൊന്നിലുമെന്നോളം പാപിയായ്
കുലസ്ത്രീകളിലാരുമില്ലീശ്വരാ"
എന്നീവണ്ണം പറഞ്ഞു പലവഴി
കണ്ണുമൂടിത്തളർന്നുകിടക്കയും
മദ്ധ്യേമദ്ധ്യേ എഴുന്നേറ്റിരിക്കയും
ഒച്ചയില്ലാഞ്ഞ മാറത്തുതാഡിച്ചും
കത്തിക്കാളുന്ന കാട്ടുതീയിൽച്ചെന്നു
ബദ്ധപ്പെട്ടൊരു മാൻപൈതലെപ്പോലെ
വാട്ടംചേരുന്ന നേരത്തു ചെന്നിട്ട-
ങ്ങിഷ്ടമാംവണ്ണം ചൊന്നാൻ മഹീസുരൻ:-
തപ്തലോഹനരകത്തിലെപ്പോലെ
പുത്രദുഃഖത്തിൽ വെന്തുമുഴുകേണ്ട.
ഇനിയുണ്ടാകും അർഭകന്നേതുമേ
ദണ്ഡമുണ്ടാകയില്ലെന്നറിഞ്ഞാലും
ചീർത്ത വില്ലാളിമാർ മുടിരത്നമാം
പാർത്ഥനീവണ്ണം കയ്യേറ്റുവല്ലഭേ!
കർണ്ണവൈരിപറഞ്ഞ വചനത്തി-
നന്യഥാത്വം വരികയില്ലേതുമേ"

എന്നതുകേട്ടു ചൊന്നാൾ പതിവ്രത
കണ്ണുനീരും തുടച്ചതിദീനയായ്
കർണ്ണവൈരി പറഞ്ഞവാറെങ്ങിനെ
കണ്ണനോടു നിരൂപിച്ചിട്ടല്ലയോ?
"ദീക്ഷാശാലയകംപുക്കിരിക്കുന്നു
സാക്ഷിയാംമുകിൽ വർണ്ണനതുനേരം"
"നാഥനാം ബലഭദ്രരിതുകേട്ടി-
ട്ടേതുമൊന്നുരുളീലയോ ഭർത്താവേ?"

"മറ്റോരോന്നു ശ്രമിച്ചു നടക്കയാൽ
മുറ്റുമൊന്നരുളീലെന്നതേ വേണ്ടു."
പ്രദ്യുമ്നാദ്രികളെന്നിവരാരാനും
ഫൽഗുനന്നു സഹായമായ് നിന്നിതേ"
പ്രദ്യുമ്നാദ്രികളെന്നിവരാരെയും
ഉദ്വേഗത്തോടു കണ്ടതുമില്ല ഞാൻ."
"ഭർത്താവിങ്ങോട്ടു പോരുന്ന നേരത്തു
യാത്ര ചൊല്ലിയോ പോന്നു ഹരിയോട്?"
"അർജ്ജുനന്റെ വചനത്തെ കേൾക്കയാൽ
ആശ്വസിച്ചിങ്ങുപോന്നതേയുള്ളു ഞാൻ"
"എന്നതീവണ്ണമെങ്കിൽ ധനഞ്ജയൻ
ചൊന്നവാക്കുകൾ ഫലിപ്പാൻ പണിയത്രെ.
ആഴിവർണ്ണൻ തിരുമനക്കാമ്പിങ്കൽ
വൈഷമ്യം ചെറുതുണ്ടെന്നു നിർണ്ണയം
ഭക്തവത്സലനല്ലായ്കിലെന്നുമേ
ഇത്തൊഴിൽക്കു ശ്രമിക്കുമോ ഭർത്താവേ"
അതുകേട്ടു പറഞ്ഞു മഹീസുരൻ
"അതുചിന്തിച്ചുഖേദിയായ് കേതുമേ
പരമാർത്ഥം നിരൂപിക്കിൽ കൃഷ്ണനും
ജിഷ്ണുവുമൊരുഭേദമില്ലേതുമേ
എന്നൊടിപ്പോൾ നീ ചൊന്ന വചനങ്ങൾ
മുന്നംതങ്ങളിൽത്തന്നെ പറഞ്ഞപ്പോൾ
കുരുവീരൻ പരിഭവിച്ചെന്നോട-
ങ്ങൊരുവാക്കു പറഞ്ഞതുകേൾക്കനീ
അന്തകാന്തകൻ തൃക്കഴലാണ് ഞാൻ
അന്തകനെയും വെന്നുകുമാരനെ
രക്ഷിച്ചീടുവനല്ലായ്കിലപ്പോഴേ
തീക്കുഴിതന്നിൽ വീണുമരിപ്പൻ ഞാൻ.
എന്നിവണ്ണം വിശേഷിച്ചുപിന്നെയും
പിന്നെയുമുരചെയ്താൻ വചനങ്ങൾ
ഇജ്ജനം മഹാപാപികളെങ്കിലും
അർജ്ജുനനതുസാധിക്കും നിർണ്ണയം
ഖേദിക്കേണ്ടനാ"മെന്നങ്ങിരുവരും
മോദമുൾക്കൊണ്ടിരിക്കുന്ന കാലത്ത്

വിപ്രപത്നിക്ക് ഗർഭവുമുണ്ടായീ
വിപ്രനേറ്റം പ്രസാദവുമുൾക്കാമ്പിൽ
സത്യമായ് വരുമെന്നങ്ങുറച്ചുടൻ
നിത്യമോരോരോ രക്ഷതുടങ്ങിനാൻ
"വിഘ്നരാജൻ തനിക്കിതാ കൂപ്പുന്നേൻ
വിഘ്നം കൂടാതെ രക്ഷിക്ക ഗർഭത്തെ
ആദിത്യഭഗവാന്റെ പ്രസാദംകൊ-
ണ്ടായുസ്സുണ്ടായ് വരേണം കിടാവിന്

ഭദ്രകാളീ ജഗന്നായികേ തൊഴാം
ഛിദ്രംകൂടാതെ രക്ഷിക്ക ഗർഭത്തെ”
ഈശ്വരന്മാർക്കിവണ്ണമോരോതരം
നേർച്ചകൾ പലജാതികഴിക്കയും
പുത്രനെ പരിപാലിക്കുംകാലത്തെ
സൗഖ്യമോരോ മനോരഥം ചിന്തിച്ചും
മദ്ധ്യേയോരോരപായം നിരൂപിച്ചി-
ട്ടാർത്തഖേദം നെടുതായി വീർക്കയും
ഭക്തനായ വിജയന്റെ വാക്കിനെ
കൃഷ്ണനുണ്ടോ പഴുതിലാക്കീടുന്നു
എന്നെല്ലാമുറപ്പിക്കുമോരോനേരം
എന്തറിയാമെന്നപ്പൊഴേ ഖേദിക്കും
നല്ലതോരോന്നേ ചെയ്തിട്ടുമിങ്ങനെ
മെല്ലെമെല്ലെതികഞ്ഞിതുഗർഭവും

പൃഥ്വി ദേവനുമങ്ങുചെന്നപ്പോഴേ
പാർത്ഥനോടറിയിച്ചിതു വാസ്തവം
ചണ്ഡഭാനുവുദയമെഴുംപോലെ
പാണ്ഡുനന്ദനൻ തേരിൽ കരേറിനാൻ
ഭുവനൈകധനുർദ്ധരനുമായി
ഭവനത്തിലകം പുക്കുവിപ്രനും
തോഴിമാർ പലർ കൂടി നിരൂപിച്ചു
സൂതികാഗൃഹം പുക്കിതുപത്നിയും
മന്ദംമന്ദം മെയ്നൊന്തുവിളിക്കുന്ന-
തജ്ജസാകൂടക്കൂടവെ കേൾക്കായി.
ജാതസംഭ്രമമങ്ങുചെന്നപ്പൊഴേ
പാദശുദ്ധിവരുത്തി ധനഞ്ജയൻ
ഖാണ്ഡവ ദഹനത്തിൽ ലഭിച്ചൊരു
ഗാണ്ഡീവം വില്ലുമാശുകുലയേറ്റി
പാവകഭഗവാൻ കൊടുത്തീടിനോ-
രാവനാഴിയേയും മുറുക്കീടിനാൻ
സ്വർണ്ണപുംഖങ്ങളാം ചിലബാണങ്ങൾ
അർണ്ണോജാക്ഷനെ ധ്യാനിച്ചെടുത്തുടൻ
ബാണമെയ്തു വലംവച്ചു ഭൂമിയിൽ
താണുകൂപ്പിത്തൊഴുതു വിശേഷിച്ചും
ബാണം മൂന്നുമെടുത്തു തൊടുത്തെയ്തു
ദ്രോണാചാര്യനേയും കരുതീടിനാൻ.
കുരുവംശശിഖാമണിയേറ്റവും
പരമേശനെ വന്ദിച്ചു പിന്നെയും
ശരകൂടം ചമപ്പതിനായ്ക്കൊണ്ടു
പരമാസ്ത്രമെടുത്തഭിമന്ത്രിച്ചു
ഈറ്റില്ലത്തിൻ പുറമെ തെരുതെരെ
ചുറ്റുമെയ്തെയ്തസംഖ്യം ശരങ്ങളാൽ

കാണിനേരം കൊണ്ടത്ഭുതമാമൊരു
ബാണകൂടം ചമച്ചാനതുനേരം.
പൊയ്യറ്റീടിനൊരസ്ത്രമുറപ്പിച്ചു
കയ്യിൽ നല്ലൊരു ബാണവുമായുടൻ
മന്ദിരത്തിൻപുറത്തൊരു ഭാഗത്തു
സിന്ധൂരേന്ദ്രനെപ്പോലെ നിന്നീടിനാൻ
ഈറ്റില്ലത്തിങ്കൽ ചെന്നു മഹീസുരൻ
“പെറ്റില്ലല്ലീ കുടുംബിനി നമ്മുടെ
തഴക്കമുള്ള നാരിമാരെ നിങ്ങ-
ളാഴിവർണ്ണനെ ധ്യാനിച്ചുകൊള്ളുവിൻ
ബന്ധുക്കൾ പറഞ്ഞീടുവിൻ ഞാനിപ്പോ-
ളെന്തു സത്ക്രിയ ചെയ്യേണ്ടുവന്നതു
സന്താപംകൊണ്ടും ചിന്തകൊണ്ടും നമു-
ക്കെന്തെന്നേതും തിരിയുന്നില്ലുൾക്കാമ്പിൽ
ഒത്തവണ്ണം പിറന്നീടിലപ്പൊഴേ
ആർക്കേണം നിങ്ങൾ ഭൃത്യജനങ്ങളേ!
പാണ്ഡുതന്നെയുമിന്ദ്രനേയും ദ്രോണാ-
ചാര്യനേയും മനക്കാമ്പിൽ ധ്യാനിച്ചു
കാണിനേരമിളകാതെ കണ്ടുനീ
കാണെക്കാണെക്കരുതീനില്ലർജ്ജുനാ
പ്രാശ്നികന്മാരെ നിങ്ങൾ നിരൂപിപ്പിൻ
പ്രാണനോടെ പിറക്കുമോ ബാലകൻ
ഈശ്വരാ ഇനി വൈകരുതേതുമേ
ഒച്ചപാരം തളർന്നിതാ കേൾക്കുന്നു”
ഉമ്മറത്തോളം ചെല്ലും തെരുതെരെ
ചെമ്മേ വാങ്ങിയിരുന്നു വിചാരിച്ചു
വിപ്രന്മാർ പലർ കൂടിയൊരുമിച്ചു
കൃഷ്ണ കൃഷ്ണാ ഇതെന്നു ജപിക്കയും
പാർക്കുംതോറും മനസ്സിങ്കലുദ്വേഗം
ഫൽഗുനന്നു കുറഞ്ഞുവരികയും
കരുത്തൊക്കെപ്പിഴച്ചുവരികയും
വിരുദ്ധമായപശ്രുതികേൾക്കയും
എന്നേ കഷ്ടമിതെന്നൊരുഴല്ച്ചയാൽ
പെണ്ണുങ്ങളൊക്കെ തങ്ങളിൽ നോക്കിയും
എന്തുവാനിതെന്നോർത്തു മഹീസുരൻ
അന്തസ്താപം മുഴുത്തുപറകയും
ഞങ്ങൾക്കാവതില്ലെന്നൊഴിച്ചാരൊക്കെ
കണ്ണുനീരുമൊലിപ്പിച്ചു തോഴിമാർ
അതുനേരമകത്തീന്നു കേൾപ്പാരാ-
അതിദീന പ്രലാപവുമിങ്ങിനെ
“മുന്നമൊന്നുമേ കണ്ടീലിവണ്ണം ഞാ-
നെന്നെ വഞ്ചിച്ചുപോയോ നീ ബാലകാ

പാണ്ഡുനന്ദനനെങ്ങുപോയാനയ്യോ
നിന്നെയുംകൂടെ വഞ്ചിച്ചിതീശ്വരൻ
മോഹംകൊണ്ടു ഞാൻ നോക്കിയിരിക്കവെ
ദേഹത്തോടെ മറഞ്ഞിതാ പോകുന്നു
"ആവതില്ലാ മരിച്ചുപോവാനെന്ന-
ങ്ങീവണ്ണം നടുങ്ങീ ഭുവനത്തോടെ
കമ്പതട്ടുമിളമുളപോലെയാ-
നെഞ്ചുപൊട്ടിക്കരഞ്ഞിതുവിപ്രനും
സന്താപംകൊണ്ടു മൂർച്ഛിതനായൊരു
ഭ്രാന്തനെപ്പോലെ തീർന്നുടനപ്പൊഴേ
കനൽക്കട്ടയോടൊത്ത മിഴികളും
കനക്കെമിഴിച്ചീർഷ്യ പൊറായ്കയാൽ
വിറച്ചാടുന്ന മൂർദ്ധാവൊടുകൂടി
വിയർത്തോടിയണഞ്ഞു വിജയനോ-
ടയ്യോപാപമിനിക്കെന്നു ചൊല്ലിയ-
ക്കരം രണ്ടുമുയർത്തിപ്പിടിച്ചുടൽ
അഗ്നിപോലെ ജ്വലിച്ചൊരു കാന്തിപൂ-
ണ്ടഗ്നിഹോത്രി പറഞ്ഞുതുടങ്ങിനാൻ:-
"തീയ്യിൽച്ചെല്ലു നിൻ ഗാണ്ഡീവവും നീയും
ദുർയശസ്സിനു പാത്രമായർജ്ജുനാ!
ആനപോലെ മദിച്ചുപറഞ്ഞുനീ
നാണംകെട്ടതുനേരെന്നു കല്പിച്ചു
മാനിച്ചിങ്ങുസന്തോഷിച്ചിരുന്നൊരു
ഞാനത്രെ നല്ല ഭോഷനാകുന്നതും
തിരുമുമ്പിൽ തെളിഞ്ഞുനിന്നെന്തെല്ലാം
ജളപ്രാഭവം കാട്ടിനീയാകയാൽ
ജളതയൊഴിഞ്ഞേതും നിനക്കൊരു
ഫലംമേലിൽ വരായെന്നുനിർണ്ണയം
കുരച്ചീടുന്ന പട്ടിയൊരുനാളും
കടിച്ചീടുകയില്ലെന്നറിക നീ.
കാട്ടാളവേഷം പൂണ്ട ഹരനോടു
കാട്ടിയോരു പരാക്രമവും പിന്നെ
പെരുവെള്ളംകണക്കെ പരന്നോരു
കുരുവംശത്തെയൊക്കെ മുടിച്ചതും
വിരുതുള്ള വിജയനെന്നുള്ളൊരു
ശൗര്യമെന്തുപോലിന്നു കാണാഞ്ഞതും
വമ്പനായ നീയിപ്പൊഴുതെന്തിനു
കുമ്പതപ്പി പ്പരക്കെനോക്കീടുന്നു
അയ്മ്പതു ദോഷന്മാരിലേ മുമ്പനാം
വമ്പനെന്നുള്ളവനെന്നറിക നീ
ദുഷ്ടനിഗ്രഹം ചെയ്‌വതിന്നായ് വന്നു
പൃഥ്വി തന്നിൽ പിറന്ന ഭഗവാന്റെ

വീര്യങ്ങളെല്ലാം വീരനാമെന്നുടെ
വീര്യമെന്നു നിനയ്ക്കൊല്ല ഭോഷ നീ
ഉത്തരം ചുമന്നീടുന്ന ഗൗളിയാൽ
സാധ്യമെന്നതു ഭാവിക്കയെന്നിയേ
മൂർഖനാം നിന്റെ ഡംഭു കളവാനായ്
തേർത്തടത്തീന്നരുൾ ചെയ്ത വാക്കുകൾ
കുംഭത്തിന്റെ പുറമെ പകർന്നിടു-
മംഭസ്സുപോലെ തീർന്നു നിനക്കതും
ഇപ്പാരിന്നു നിമിത്തമാത്രം ഭവാൻ
സവ്യസാചിയെന്നല്ലോ അരുൾചെയ്തു
പീലിക്കാർ കൂന്തൽ കെട്ടിവിരവോടെ
ചാലവെ നല്ല ചമ്മട്ടി കൈക്കൊണ്ടു
മറകൾക്കു പൊരുളായ മൂർത്തി തേർ-
ത്തടം തന്നിലിരുന്നീലയെങ്കിലോ
ഇപ്രതിജ്ഞ കണക്കുതന്നെ തവ
യുദ്ധഭൂമിയീലൊക്കെ ഫലിച്ചതും
കൃഷ്ണനോടുചെന്നേകിപ്പറവാനും
ചേർച്ചയില്ലാതെ തീർന്നുനിൻ വാക്കിനാൽ
ഉത്തമപുരുഷാ നിന്നെ കൂപ്പുന്നേൻ
ചെറ്റുകാരുണ്യമെങ്കൽ പുലമ്പുവാൻ
ചിത്തേതോന്നാത്തതിന്നൊരു കാരണം
ബുദ്ധികൊണ്ടു വിചാരിച്ചറിഞ്ഞു ഞാൻ
പതിനാറു സഹസ്രം മടവാരിൽ
പതിപ്പത്തു സുതന്മാരെ ലാളിച്ചാൽ
സുഖമുണ്ടല്ലോ നിന്മനക്കാമ്പിങ്ക-
ലതുകൊണ്ടിതു കുറ്റമല്ലേതുമേ
താൻനേടാപ്പൊന്നിൻ മാറ്ററിയുന്നീല
നൂനം നന്നായ് തെളിഞ്ഞു മനസ്സിങ്കൽ
പഴുതേതന്നെ നിന്നോടെതിർത്തു ഞാൻ
ദോഷമേതും നിനക്കില്ല ഫൽഗുനാ!
ബലവാനായ നിന്റെ പരാക്രമം
ഫലിയാഞ്ഞതുമെന്നുടെ കർമ്മമെ"-
ന്നലറിദ്ധരണീതലം തന്നിൽവീ-
ണുരുളുന്നതു കണ്ടു ധനഞ്ജയൻ.
ഒരുനാളുമേതാനറിയാതൊരു
പരുഷോക്തികളീവണ്ണം കേട്ടിട്ടും
നിജവാഞ്ഛിതഭംഗം നിനച്ചിട്ടും
അച്യുതൻതന്നെ വഞ്ചിച്ചതോർത്തിട്ടും
അളവില്ലാതെ കോപിച്ചു തന്നുടെ
കൊലവില്ലുമെടുത്തുടനപ്പൊഴേ
ചെറുഞാണൊലികൊണ്ടു ജഗത്രയം
കുലുങ്ങും പടിയത്ഭുതവിക്രമൻ

അന്തണനോടുമുത്തരം ചൊല്ലുവാൻ
അന്തരമെന്യേ സാധിച്ചിടാമെന്ന-
അന്തകപുരിനോക്കി നടകൊണ്ടാ-
നന്തരമാർഗ്ഗത്തൂടെ ധനഞ്ജയൻ

3

വെണ്മതികുലമൗലി ധനഞ്ജയൻ
അംബരായണമാകുന്ന വിദ്യയാൽ
കൺമിഴിക്കുന്ന നേരംകൊണ്ടഞ്ജുസാ
ധർമ്മരാജ മഹാപുരിയിൽച്ചെന്നു
"ധർമ്മരാജാവേ കേൾ ഒരു ഭൂസുര
ധർമ്മദാരങ്ങൾ പെറ്റകിടാവിപ്പോൾ
നമ്മുടെ ശരകൂടത്തെ ഭഞ്ജിച്ചു
നിർമ്മരിയാദം കൊണ്ടിങ്ങുപോന്നതും
കിങ്കരന്മാർകൾ തങ്ങളോ ചെയ്തതു
നിന്തിരുവടി കൂടിയറിഞ്ഞിട്ടോ
എന്നെയിന്നു നിരൂപിച്ചില്ലെങ്കിലും
എന്റെ പൂർവ്വജനാകിയ ധർമ്മജൻ-
തന്നെയോ നിനച്ചീടുവാനെത്രയും
ബന്ധമുണ്ടായിരുന്നീലേ പാർക്കുമ്പോൾ
ധർമ്മരാജാവെന്നുള്ളൊരു നാമവും
ധർമ്മസൂക്ഷ്മമറികകൊണ്ടല്ലയോ
നന്നുനന്നിനി ആവോളം വൈകാതെ
തന്നാലും ധരണീസുരബാലനെ"
ജാതരോഷമീവണ്ണം പറഞ്ഞപ്പോൾ
പ്രേതനാഥനുമാധിമുഴുത്തുടൻ
"ഏതു വിപ്രകുമാരനെന്നുള്ളതും
ഏതുമേയറിഞ്ഞീലെന്റെ ഫൽഗുനാ!
എന്തുബന്ധം നിനക്കു പരിഭവ-
മുണ്ടാവാനെന്നതേതുമറിഞ്ഞീല
എന്റെ കിങ്കരരാരുമിബ്ബാലനെ-
കൊണ്ടുപോന്നീല നിർണ്ണയം നിർണ്ണയം
ശങ്കയുണ്ടുമനസ്സിലെന്നാകിലോ
ശങ്കിക്കേണ്ടാനരകങ്ങളൊക്കെയും
നോക്കു"കെന്നു പിതൃപതി ചൊന്നപ്പോ-
ളുഗ്രമായ നരകകവാടങ്ങൾ
താമിസ്രാദി നരകങ്ങളിൽ ചില
പ്രേതങ്ങളുണ്ടു കാകോളം തുള്ളുന്നു
ക്ഷിപ്രമൊക്കെത്തിരഞ്ഞതിലൊന്നുമേ
വിപ്രബാലനെക്കാണാഞ്ഞു പിന്നെയും
ഉമ്പർകോൻതിരുമുമ്പിൽച്ചെന്നപ്പോഴേ
സംഭ്രമത്തോടെ ചോദിച്ചനേരത്തു

അമരാധിപൻ തന്റെ വചനം കേ-
ട്ടമരപുരി നീളെത്തിരഞ്ഞിട്ടും
അവിടങ്ങളിലെങ്ങുമേ നോക്കീട്ടും
അവനീസുരബാലനെക്കണ്ടീല്ല.
അഗ്നിയോടുപോയ്ച്ചെന്നു തിരഞ്ഞിട്ടും
അഗ്നിഹോത്രി തനൂജനെ കണ്ടില്ല.
രക്ഷോനായകനോടുതിരഞ്ഞിട്ടും
ഇക്ഷിതിസുരബാലനെക്കണ്ടീല
അർണ്ണോനാഥനോടന്വേഷിച്ചിട്ടുമീ
യുണ്ണിയെങ്ങുപോയെന്നുമറിഞ്ഞീല
പ്രാണനോടുതിരഞ്ഞിട്ടുമുണ്ണീടെ
പ്രാണൻപോയതിൻമൂലമറിഞ്ഞീല
നക്ഷത്രാധിപനോടു തിരഞ്ഞിട്ടും
നഷ്ടനായ കുമാരനെ കണ്ടില്ല.
ഈശനോടു തിരഞ്ഞിട്ടുമേശാഞ്ഞി-
ട്ടാശവിട്ടമരേന്ദ്ര തനൂജനും
ഫണമായിരമുള്ള ഫണീന്ദ്രനോ-
ടുണർത്തിപ്പതിനായി മുതിർന്നപ്പോൾ
ക്ഷണനേരം കൊണ്ടങ്ങു ചെന്നീടിനാ-
നഹി പൂർണ്ണമാം പാതാളലോകത്തു
പ്രണവാത്മകമായ പരബ്രഹ്മം
ഫണിരൂപമായ് മേവുംകണക്കിനെ
വിളങ്ങീടുന്ന സങ്കർഷണമൂർത്തി
തിരുവുള്ളത്തിലേറ്റിയനേരത്തു
പരിതാപമെഴുന്നരുളിച്ചെയ്തു
പരമാർത്ഥമറിഞ്ഞീലഞാനെന്നു
ദിക്പാലന്മാരിലെങ്ങുമേയില്ലാഞ്ഞു
ബുദ്ധിയുംകെട്ടു പിന്നോക്കം പോന്നുടൻ
വക്ത്രവും താഴ്ത്തിനിന്നു കുറഞ്ഞൊന്നു
വൃത്രവൈരി തനയനുമന്നേരം
"ദുഷ്ക്കരമെന്നുറച്ചുഞാനിത്തൊഴിൽ
പുഷ്ക്കരേക്ഷണൻ വഞ്ചിക്ക ചെയ്തതു
മതിയെന്നാലിജ്ജീവനിലൊട്ടുമേ
കൊതിയില്ലൊരുനേരമിരിപ്പാനും
കീർത്തിവേർപെട്ടിരിക്കയിൽ നല്ലതു
ക്ഷത്രിയർക്കുമരിക്കെന്നു നിർണ്ണയം
അഗ്നിതന്നിൽ പതിച്ചുടനിപ്പൊഴേ
വ്യക്തികൈവരുത്തീടുന്നതുണ്ടു ഞാൻ
ചെന്നുഞാൻ കടൽവർണ്ണനോടിപ്പൊഴേ
അന്യായമുണർത്തിക്കയോ വേണ്ടതു
അപ്പോഴേ അരുളിച്ചെയ്കുമിത്തൊഴി-
ലെപ്പേരുമറിഞ്ഞീലെന്നു ഭാവിച്ചു

മന്ദഹാസവും ചെയ്തു പതുക്കവെ
വന്നാലുമരികത്തെന്റെ ഫൽഗുനാ!
ഇത്രനാളുമെവിടേയ്ക്കുപോകയാ-
ലത്രകാണാഞ്ഞു നിന്നെ പ്രിയസഖേ!
ജാതവേദമീ വാർത്തകളൊക്കെയും
നാഥനോടറിയിപ്പുഞാനന്നേരം
അരുളിച്ചെയ്യുമെന്തുനീയിപ്പര-
മാർത്ഥം മുമ്പെ പറയാഞ്ഞു ഫൽഗുനാ
വഞ്ചനാമൂർത്തി വാക്കുകളിങ്ങനെ
പുഞ്ചിരിയോടെ കേൾക്കുന്ന നേരത്ത്
ആണല്ലാതെ വദനവും കുമ്പിട്ടു
നാണവും കെട്ടിരിക്കുന്നതില്ല ഞാൻ
കാലമൊട്ടുനാൾ ചെല്ലുന്നനേരത്തു
മാലോകരറിയിച്ചിട്ടും സ്വാമിയെ
അർജ്ജുനൻ തന്റെ സത്യം പിഴയ്ക്കയാ-
ലഗ്നിയിൽ വീണു വെന്തുപോയെന്നതും
കാലമേതും കളയാതെ ഞാനിനി
കാളുമഗ്നിയിൽച്ചാടുമാറെന്നുറ-
ച്ചായിരക്കോലുയരത്തിൽക്കത്തുവാ-
നായവണ്ണം ചമച്ചിതു കുണ്ഡവും
വിറകിട്ടുനിറച്ചതിനുള്ളൂടെ
ജ്വലിപ്പിച്ചിതു പാവകദേവനെ
അർജ്ജുനന്റെ വിശേഷത്തെ വൈകാതെ
അച്ഛനോടറിയിക്കണമെന്നിട്ടു
സ്വർഗ്ഗലോകത്തേയ്ക്കെന്ന കണക്കിനേ
നിർഗ്ഗമിച്ചുയരുന്നു തീജ്വാലകൾ
പ്രപഞ്ചജ്ഞാനമുദിക്കുന്ന നേരത്തു
കർമ്മവാസന നീങ്ങും കണക്കിനേ
അംബരത്തോടൊരുമിച്ചു കത്തുമ്പോൾ
ധൂമമൊക്കെയും നീങ്ങി ക്രമത്താലെ
വിളങ്ങീടുന്നൊരഗ്നിയെ വന്ദിച്ചു
വലവൈരി തനൂജനുമന്നേരം
അഴകോടൊരു പൊയ്കയിൽച്ചെന്നുടൻ
മുഴുകിപ്പരിശുദ്ധി വരുത്തിനാൻ
വിലസീടുന്ന പാണിതലങ്ങളിൽ
തുളസീദളം കൊണ്ടുനിറച്ചതേ
കൊല വില്ലും ചുമലിലെടുത്തുനി-
ർമ്മലമായൊരു മാറ്റുമുടുത്തുടൻ
കിഴിഞ്ഞീടിന വാർകുഴൽതന്നില-
ങ്ങൊഴുകീടുന്ന വാരികണങ്ങളും
ഹരിഷാശ്രു വഴിഞ്ഞുനിറഞ്ഞൊരു
വിരിനീണ്ട വിലോചനഭംഗിയും
കൃഷ്ണനാമം ജപിക്കുന്ന നേരത്ത-
ങ്ങൊട്ടൊട്ടേ കാണും ദന്തദ്യുതികളും
അതുനേരത്തുവേഷം നിരൂപിച്ചാ-
ലതിമോഹനമെന്നേ പറയാവൂ.
കരുണാകരമൂർത്തിമുകുന്ദന്റെ
ചരണാംബുജമുള്ളിലുറപ്പിച്ചു
പരമാനന്ദത്തോടെയടുത്താന-
ങ്ങെരിഞ്ഞീടുന്നൊരഗ്നികുണ്ഡത്തിങ്കൽ
പല ഭാഗം ചുഴന്നു ചുഴന്നേറ്റം
ജ്വലിച്ചീടുന്നൊരഗ്നി ഭഗവാനെ
വലം വെച്ചുവണങ്ങി വിരവോട-
ഞ്ജലി പൂണ്ടിവണ്ണം കരുതീടിനാൻ
വിശ്വനായകാ നിന്നുടെ ഭക്തനാ-
മർജ്ജുനനിതാ വഹ്നിയിൽ ചാടുന്നു
ചിത്തമോഹമശേഷമകന്നു ഞാൻ
ചില്സ്വരൂപത്തിൽ ചെന്നുലയിക്കണം
ജ്ഞാനമൂർത്തിയോടീവണ്ണം പ്രാർത്ഥിച്ചു
ധ്യാനശക്തിയുറച്ചിതു പിന്നെയും
ഏഴു രണ്ടു ഭുവനമശേഷവും
ചൂഴവെ നിറഞ്ഞീടിനമായനെ
കള്ളമെന്നിയേ കാണണമെന്നിട്ട-
ങ്ങുള്ളിലുള്ളൊരു ദൃഷ്ടിതുറന്നുടൻ
അല്ലൽതീർന്ന മനസ്സോടുകൂടവേ
നല്ല ഭാസ്കരബിംബത്തിലാക്കിനാൻ
വിഷയങ്ങളിൽ പിന്നെയും പിന്നെയു-
മുഴന്നീടുന്നൊരിന്ദ്രിയമോരോന്നേ
കരണങ്ങളിൽ ചേർത്തുലയിപ്പിച്ചു
കാര്യകാരണഭേദമറിയാതെ
പരമാനന്ദവൻകടൽതൻകരേ
പെരുമാറിത്തുടങ്ങിയ നേരത്തു
ഇക്കാണാകിയ വിശ്വമശേഷവും
ഉൾക്കരളിലുദിച്ചൊരുതത്ത്വവും
അക്ഷീണമായ ഭാസ്കരബിംബവും
അഗ്രേകാണുന്നൊരഗ്നിഭഗവാനും
സത്യവാദിയാം ശ്രീഗുരുനാഥനും
മൂർത്തിമൂന്നിനുമൂന്നായ വേദവും
ഞാനുമേതുമേ ഭേദമില്ലെന്നൊരു
ജ്ഞാനമുള്ളിലുറച്ചു വിജയനും
ഇപ്രപഞ്ചഭ്രമങ്ങളശേഷവും
ദിഗ്ഭ്രമംപോലെ നന്നായ് തെളിഞ്ഞുടൻ
ഊന്നിയൂന്നിയുറപ്പിച്ചനേരത്ത്
പന്നഗേന്ദ്രനുമൊന്നു കുറഞ്ഞുപോയ്.

അന്നേരം ജഗദാശ്രയനാം മുകിൽ-
വർണ്ണനും തിരുവുള്ളത്തിലേറിനാൻ
വാജിമേധമഹാമഖശാലയി-
ന്നാശുഞെട്ടിയെഴുന്നേറ്റനേരത്ത്
അയ്യയ്യോ കഷ്ടം എന്റെ ധനഞ്ജയൻ
തീയ്യിലാമിപ്പോളെന്നരുൾ ചെയ്തുടൻ
കടൽവർണ്ണനും കണ്ണീർ നിറഞ്ഞുട-
നിടനെഞ്ഞു വിറച്ചു വിവശനായ്
അമ്പിനേക്കാളധികമുഴറ്റോടെ
അംബുജാക്ഷനെഴുന്നള്ളുംനേരത്ത്
അമ്പിനോടുജ്ജ്വലിച്ചീടുമഗ്നിയെ
അംബരത്തോടൊരുമിച്ചുകാണായി
അഗ്നിജ്വാലകളൊട്ടൊട്ടുതട്ടുമാ-
റർജ്ജുനന്റെ നിലപാടും കാണായി.

അന്തികേ ചെല്ലുംമുമ്പെ ധനഞ്ജയൻ
വെന്തുപോം എന്നിട്ടിത്ഥമരുൾ ചെയ്തു:-
"വത്സ വത്സ വിജയ സഖേസഖേ
പാർത്ഥ പാർത്ഥ ധനഞ്ജയഫൽഗുനാ
അവിവേകം തുടങ്ങൊലാനിന്നുടെ
സഖിയില്ലയോ, ഞാൻ പശുപാലകൻ
ഉലകീരേഴും കീഴ്മേൽമറിപ്പാനും
പണിയില്ലാനിനക്കു ഹിതമെങ്കിൽ
പിഴയേതാനും ചെയ്തുപോയെങ്കിലും
കഴിവുണ്ടല്ലോ കൂടി നിരൂപിച്ചാൽ
കരുവുള്ളന്നേപോരുള്ളുവെന്നതു
ധരിച്ചല്ലോയിരിക്കുന്നു നീയെടോ
ബന്ധംകൂടാതെ നിന്റെ ഹിതത്തിനു
ദൂതകർമ്മത്തെച്ചെയ്തതും ഞാനല്ലോ.
തേർത്തടത്തിൽ തളർന്നു നീ വീണപ്പോൾ
ഊക്കുവെപ്പിച്ചുകൊണ്ടതും ഞാനല്ലോ.
പോർക്കളത്തിൽജ്ജയിപ്പിച്ചു നല്ലൊരു
കീർത്തിയുണ്ടാക്കിത്തന്നതും ഞാനല്ലോ.
ഇത്രയും ചെയ്തതൊക്കെമറപ്പതി-
നിത്രപാരുഷ്യം എന്തെന്റെ ഫൽഗുനാ
ഇപ്രതിജ്ഞനിനക്കു ഫലിപ്പിപ്പാൻ
കല്പിച്ചാലെന്തു ദണ്ഡം നമുക്കെടോ
മുടിഞ്ഞീടൊല്ലാ വല്ലാതെ ചെന്നുനീ
യടങ്ങീടെന്നുരയ്ക്കുന്നു മാധവൻ
ഒരു കോപംകൊണ്ടങ്ങോട്ടുചാടിയാൽ
ഇരുകോപംകൊണ്ടിങ്ങോട്ടുപോരാമോ?
പരിപാലിച്ചുകൊൾകനീദേഹത്തെ
പരിപാലിച്ചുകോൾവൻ ഞാൻ കീർത്തിയെ"

പലജാതി ഇവണ്ണംപറകയും
വളകൾ തിരുകയ്യിൽ കിലുങ്ങിയും
പീലിക്കാർ കൂന്തൽ കെട്ടങ്ങഴികയും
പട്ടുപൂന്തുകിലൊട്ടൊട്ടിഴികയും
ഭക്തനെച്ചൊല്ലീമണ്ടിക്കിതയ്ക്കയും
പങ്കജാക്ഷൻ തിരുമനക്കാമ്പതിൽ
സങ്കടങ്ങളിതെന്തേ പറയാവൂ
ഇവയൊക്കെ നടിച്ചുകൊണ്ടേറ്റവും
കപടസ്വാമിചെന്നങ്ങടുക്കവെ
നിർവ്വികല്പസമാധിസുഖത്തെയും
നിർവ്വികല്പമനുഭവിച്ചർജ്ജുനൻ
പരമാനന്ദ വാരിധി തന്നിലെ
തിരമാലയിലോളം കളിച്ചുടൻ
ഏകമാക്കിയുറപ്പിച്ചു പൂമല-
രാകാശത്തോളമാരാധിച്ചപ്പൊഴേ
മായാമാനുഷമൂർത്തിയെക്കാണാതെ
ആയുധ ത്തോടെയൊന്നു കുതിച്ചുടൻ
തീക്കുഴിതന്നിൽച്ചാടുവാനോങ്ങുമ്പോൾ
തൃക്കൈകൊണ്ടുപിടിച്ചൊരു വിൽപ്പാടു
വെയ്ക്കം പിന്നോട്ടുനീക്കിയനേരത്തു
കുണ്ഡത്തിന്നുടെ പിന്നോക്കം വീണുതെ
പാണ്ഡുനന്ദനനെന്തൊരു വിസ്മയം!
ജാതസംഭ്രമമപ്പൊഴേ കൺമിഴി-
ച്ചാദിനാഥൻ മുഖത്തുനോക്കീടിനാൻ
ഇറ്റിറ്റുവീഴുമശ്രുക്കളോടുമായ്
ചെറ്റുഖേദിച്ചിവണ്ണമുരചെയ്താൻ:
"സമസ്തേശ്വരാ നിന്നുടെമായയിൽ
ഭ്രമിപ്പിച്ചത് അലമലമിന്നു നീ
ദുഷ്കീർത്തിക്കൊരുപാത്രമാമെന്നുടെ
ദുഷ്ക്കളേബരമിപ്പൊഴേ വഹ്നിയിൽ
ദഹിപ്പിപ്പാനനുഗ്രഹിക്കേണമേ
അതുവേണ്ടതിനിക്കിനി നിർണ്ണയം
തിരുവുള്ളമൊരുപൊഴുതുണ്ടെങ്കിൽ
ഇതുപോരുമിനിക്കു കൃപാനിധേ!
ഫൽഗുനന്റെ പരിഭ്രമം കണ്ടിട്ടു
വല്ഗുവാം വണ്ണമേവമരുൾചെയ്തു:-
"അനലങ്കൽ പതിച്ചാൽ നിനക്കൊരു
ഫലംമേലിൽ വരായെന്നു നിർണ്ണയം
ലോകവാസം മതിയായിട്ടെങ്കിലോ
ലോകസിദ്ധിവരുത്തിക്കൊൾവൈകാതെ
കീർത്തിനാശം വരായ്വതിലെങ്കിലോ
പാർത്തുപായമുണ്ടിത്തൊഴിലെന്നിയെ

നാണക്കേടു വലുതായിട്ടെങ്കിലോ
ജ്ഞാനമില്ലേനിനക്കു മഹാത്മാവേ
വിപ്രബാലനെക്കാണാഞ്ഞിട്ടെങ്കിലോ
പത്തിനേയുമൊരിക്കലേ കാട്ടുവൻ
മതിപോരാ ഇതൊന്നുമെന്നാകിലോ
പതിച്ചീടുക വഹ്നിയിൽ വൈകാതെ”
കൃഷ്ണഭാഷിതമീവണ്ണം കേട്ടപ്പോൾ
ജിഷ്ണുതാനുമുരചെയ്തുമെല്ലവെ:-
“മിത്രമായരുളുന്നതിന്നൊക്കെയും
പാത്രമിന്നടിയൻ കരുണാനിധേ!
പിഴച്ചീടുന്നതൊക്കെയും നിന്തിരു-
വടിയിന്നു ക്ഷമിച്ചരുളേണമേ
അഭിമാനം കളവതിനെൻപോറ്റി
അടിയത്തോടുകാട്ടിയതൊക്കെയും”
മതിയിലഭിമാനം മുഴുക്കുമ്പോൾ
ഇതിചിന്തിച്ചുകൊള്ളുവിനേവരും.
“പോകനാം ഇവിടുന്നതിദൂരത്തു
ചൂടുതട്ടുന്നു പാരമനലന്റെ”
പാർത്ഥവാക്യം ചെവിക്കൊണ്ടുകാരണ-
മൂർത്തിപൊട്ടിച്ചിരിച്ചുപോയന്നേരം
പാർക്കനീ യെന്നരുൾചെയ്തുമെല്ലവേ
തൃക്കരളിൽ കരുതിയനേരത്തു
തേർക്കുതിരകൾ സൈന്യങ്ങളും വന്നു
മേഘപുഷ്പവലാഹകന്മാരെക്കൊ-
ണ്ടിണചേർത്തു വിലാസമെഴുന്നൊരു
മണിത്തേരുംകൊണ്ടംബരമാർഗ്ഗമേ
സംഭ്രമത്തോടുദാരൂകനും തിരു-
മുമ്പിലാമ്മാറുവന്നു വണങ്ങിനാൻ

പൊന്മലമുകൾ പാട്ടിലമർന്നിടു-
മംബുദത്തെ കണക്കെ തെളിവിനോ-
ടംബുജാക്ഷൻ താനർജ്ജുനനോടുമാ-
യമ്മഹാരഥമേറിനിരാകുലം
അംബരാന്തം മുഴങ്ങുമഹത്ഭുതം
കംബുനാദം മുഴങ്ങി ജഗത്രയം
കന്മഷാപഹനായീമരുവീടും
ചിന്മയൻ പുരുഷോത്തമനവ്യയൻ
അംബരമാർഗ്ഗത്തൂടെ പടിഞ്ഞാറൊ-
ട്ടുഴറിയെഴുന്നള്ളിത്തുടങ്ങിനാൻ.

4

എങ്കിലോപണ്ടുപാർത്ഥനും താനുമായ്
പങ്കജേക്ഷണൻതേരിൽ കരേറിനാൻ
ഭൂദേവന്റെ കിടാങ്ങളെയന്വേഷി-
ച്ചാകാശമാർഗ്ഗത്തൂടെ ഗമിക്കുമ്പോൾ
വായുമാർഗ്ഗത്തിൽനിന്നു ധരിത്രിയെ
ആയിരക്കാതം താഴത്തുകാണായി
അർണ്ണോനാഥന്മാരേഴും നിരക്കവെ
വർണ്ണമോരോന്നേ വെവ്വേറെ കാണായി
ചന്ദ്രാദിത്യന്മാർ ചുറ്റും നടപ്പതും
അന്തരമാർഗ്ഗത്തിങ്കേന്നുകാണായി
ലോകനാഥന്റെ തേരും പതുക്കവേ
ലോകാലോകം കടന്നു നടന്നുതേ
ആരും മുന്നമേ കണ്ടറിയാതൊരു
കൂരിരുട്ടിലകപ്പെട്ടിതന്നേരം
തേർക്കുതിരകളാകുലപ്പെട്ടുടൻ
തേർത്തടമൊന്നുചക്രം തിരിഞ്ഞുതേ
എന്തുവാനിതെന്നോർത്തതിധീരനാം
കുന്തീപുത്രനുമൊന്നു ഭയപ്പെട്ടു
തൃക്കൈകൊണ്ടുപിടിച്ചു പതുക്കവേ
ചക്രപാണിയരുൾ ചെയ്തിതന്നേരം:-
“കണ്ണുകാണായ്കകൊണ്ടു മനസ്സിങ്കൽ
ദണ്ഡമേതാനുമുണ്ടോ ധനഞ്ജയാ?”
കണ്ണാ! നിൻ തിരുമേനി കാണായ്കയാൽ
കണ്ണിനാനന്ദമില്ലതുസങ്കടം
ഏതുദിക്കിലകപ്പെട്ട നാം എന്ന-
തേതുമേഅടിയത്തിനുതോന്നീല
അന്ധകാരം നിരൂപിച്ചു കാണുമ്പോ-
ളന്ധതാമിസ്രം നല്ല വെളിവത്രെ”
“കേൾക്ക പാണ്ഡവാ നമ്മുടെ ദിക്കിൽനി-
ന്നെത്രപോന്നു വഴിയെന്നു തോന്നുന്നു?”
“ഏകദേശമൊരമ്പതിനായിരം
യോജനവഴി പോന്നിതുനിർണ്ണയം.”
“അമ്പതോ ശിവ! ലക്ഷവും കോടിയും
അമ്പതെട്ടും കഴിഞ്ഞു ധനഞ്ജയാ!
ലോകാലോകം കടന്നു പടിഞ്ഞാറെ
ഭാഗത്തായിനാമെന്നതറിഞ്ഞാലും
ലോകാലോകത്തെയർക്കന്റെ തേജസ്സും
ലോകാലോകത്തിന്നപ്പുറമില്ലെടോ.
ലോകം പാതിയലോകവുമാകയാൽ
ലോകാലോകമിതെന്നു പറയുന്നു.”
വിശ്വനാഥനിവണ്ണം പറഞ്ഞപ്പോൾ
വിസ്മയപ്പെട്ടു വന്ദിച്ചു ഫല്ഗുനൻ
അർജ്ജുനന്റെ പരിഭ്രമം പോക്കുവാൻ
തൃച്ചക്രത്തെ സ്മരിച്ചുഭഗവാനും

ഉച്ചനേരത്തെയാദിത്യമണ്ഡലം
പത്തുനൂറുസഹസ്രമൊരുമിച്ച്
വിശ്വവ്യാപ്തമായ് വന്ന കണക്കിനെ
ഉച്ചത്തിൽ വന്നുദിച്ചിതുചക്രവും
അപ്രഭാവമശേഷമറിയരു-
തംബരീഷചരിതത്തിലെന്നിയെ
സഹസ്രാരത്തെ കണ്ടു ഭയപ്പെട്ടു
സഹസ്രേക്ഷണ പുത്രനുമന്നേരം
"ജ്വാലാമാലകൾ കണ്ണിൽതറയ്ക്കുന്നു
നാലുഭാഗത്തുംനോക്കുന്നനേരത്ത്
മിഴിച്ചാലുമടച്ചാലുമില്ലൊരു
കഴിവെന്റെ ഭഗവാനെ എന്തിത്?"
ഈവണ്ണം കുരുവീരൻ പറഞ്ഞപ്പോൾ
ഭാവം നോക്കിച്ചിരിച്ചു ജനാർദ്ദനൻ
ആയതു ചുരുക്കേണം പ്രഭയെന്ന
ദേവദേവൻ കടാക്ഷമറിഞ്ഞപ്പോൾ
ചണ്ഡവേഗം പുറപ്പെട്ടു രശ്മികൾ
മണ്ഡലത്തിങ്കലാക്കിയൊരാദിത്യ-
മണ്ഡലത്തിങ്കലുള്ള പ്രഭകൊണ്ട്
പാണ്ഡവന്നുപ്രകാശവുമുണ്ടാക്കി
കാരണജലത്തൂടെ തിരുമുമ്പിൽ
ദൂരെദൂരെ നടന്നു സുദർശനം
അന്നേരത്തൊരു നൂറുനൂറായിരം
പൂർണചന്ദ്രന്മാർ വന്നുദിക്കുംപോലെ
ദൂരത്താമ്മാറു കാണായിതന്നുടെ
കാരണമായൊരാനന്ദതേജസ്സും
"പാർത്ഥ, പാർത്ഥ, വിജയാ സഖേ സഖേ!
പാർത്തുകാൺക പുരുഷാർത്ഥവസ്തുവെ"
ആത്തമോദമരുൾ ചെയ്തു വേഗത്തിൽ
തേർത്തടത്തിന്നിറങ്ങി ജനാർദ്ദനൻ
എന്നതിൽപരമുള്ള വിശേഷങ്ങ-
ളെന്തുഞാൻ പറയേണ്ടതു ദൈവമേ!
വിശ്വസാക്ഷിയായ് സത്യമായ് നിത്യമായ്
സച്ചിദാനന്ദമായ പരബ്രഹ്മം
കണ്ടുകണ്ടങ്ങിരിക്കവെ കൃഷ്ണന്മാർ
കണ്ടു വൈകുണ്ഠലോകമതിൽത്തന്നെ
പത്തുനൂറു സഹസ്രകിരണന്മാർ
ബദ്ധമോദമുദിക്കുംകണക്കിനെ
വിളങ്ങീടും നിരക്കവെ താഴിക-
ക്കുടങ്ങളതിദൂരത്തു കാണായി
കൊടിക്കൂറകളൊപ്പമിയലുന്ന-
തടികൂടിപ്പലതരം കാണായി

പ്രളയാംബുധിനാദം കണക്കിനെ
വലിപ്പത്തിലൊരാഘോഷം കേൾക്കായി
ഇടകൂടി വണങ്ങിയും വന്ദിച്ചും
അടുത്തങ്ങുപോയ് ചെല്ലുന്നനേരത്ത്
സ്ഫടികംകൊണ്ടും വിദ്രുമംകൊണ്ടുമ-
ങ്ങടിചേർത്ത കിടങ്ങുകൾ കാണായി.
മതിബിംബത്തോടൊപ്പമിയലുന്ന
മതിൽകൂട്ടങ്ങൾ വെവ്വേറെ കാണായി
മതിപോരാഞ്ഞുനോക്കുന്നു പിന്നേയും
മതിപോരാ നമുക്കിതു വാഴ്ത്തുവാൻ
നിരക്കെ മണിഗോപുരപംക്തികൾ
ഒരുപോലെ പ്രകാശിച്ചുകാണായി
നിലവെവ്വേറെ മേല്പോട്ടുനോക്കിയാൽ
നിലയില്ലാമനസ്സിനും കണ്ണിനും
വിസ്മയത്തിൽ ചമഞ്ഞുകിടക്കുന്ന
രത്നസോപാനമാർഗ്ഗങ്ങളിൽ ചില
ഭക്തന്മാരുടനങ്ങോട്ടുമിങ്ങോട്ടും
ബദ്ധാനന്ദം നടപ്പതും കാണായി
യോഗമാർഗ്ഗങ്ങൾപോലെ ശിവശിവ!
രാജമാർഗ്ഗങ്ങളൊക്കെയും കാണായി
അളിവൃന്ദം മുരണ്ടുമുരണ്ടുടൻ
ഹരിഗാഥകൾ പാടിനടക്കുന്നു
ശംഖചക്രം ധരിച്ചു പുരുഷന്മാർ
സംഖ്യയില്ലാ മഹാപുരിചൂഴവും
സംഖ്യയില്ലാതെ കാമിനിമാരുമു-
ണ്ടറ്റമില്ലാ പറഞ്ഞാലൊരോതരം
മജ്ജനസ്ഥലമുണ്ടു ബഹുവിധം
സജ്ജനഹൃദയംപോലെ വെള്ളവും
ഭക്തിപൂണ്ടുള്ള പക്ഷിമൃഗങ്ങളും
ചിത്തമോഹനമുദ്യാനഭൂമിയും
സരസീരുഹ കന്യകതന്നുടെ
ചരണങ്ങൾ പതിഞ്ഞുകിടക്കുന്നു
വളഭീഷുനിരക്കവേയാനന്ദി-
ച്ചിളകാതെയിരിക്കുന്നു ഭക്തന്മാർ
പച്ചക്കൽകൊണ്ടു വിഷ്ണുസ്വരൂപമായ്
കൊത്തിവച്ചുള്ള പാവകളെപ്പോലെ
ആയിരക്കാൽമണിമയമണ്ഡപം
മുഴങ്ങീസ്തുതിഘോഷമൊരേടത്ത്
ശ്രീപാദത്തിങ്കൽ വീണു നമിക്കയി-
ലാവശ്യം മനതാരിൽ മുഴക്കയാൽ
അതുതന്നെ കരുതിനടകൊണ്ടാർ
നരനാരായണന്മാരിരുവരും

സച്ചിദാനന്ദമൂർത്തി മുകുന്ദന്റെ
നിത്യസാന്നിധ്യമുള്ള പ്രദേശത്ത്
കൃഷ്ണപാർത്ഥന്മാർ ചെന്നോരുനേരത്തെ
വിസ്മയങ്ങൾ പറവാൻ പണിപണി
രത്നകോടി പ്രഭാപടലംകൊണ്ടു
ചിത്രമായെഴുമാസ്ഥാനമണ്ഡപം
ഇത്രനീളം അകലമെന്നുള്ളതും
തീർത്തുകൂടായി ദിവ്യന്മാർക്കാർക്കുമേ
മുക്തിയെന്നു പറയുന്നതെല്ലാരും
ഇത്ഥമെന്നറിയാമതുപാർക്കുമ്പോൾ
അതുകണ്ടങ്ങിരിക്കവേ പിന്നെയും
അതിന്മേലൊരു വിസ്മയം കാണായി
വെള്ളിമാമലമീതെയും മീതെയും
മണ്ഡപാകൃതിപൂണ്ടു കിടക്കയോ?
പള്ളികൊള്ളുന്ന പാൽക്കടൽതന്നിലെ
വെള്ളംതന്നെ പരന്നുകിടക്കയോ
നിർണ്ണയിച്ചുപറവാനരുതെന്റെ
പന്നഗേശ്വരാ! നിന്നെ വണങ്ങുന്നേൻ
ഭദ്രപീഠം പരിവാരമായ്‌വന്ന
സർപ്പരാജനൊന്നീവണ്ണം കൂപ്പുന്നേൻ
ഇണ്ടലെന്നിയേ പിന്നെയൊരത്ഭുതം
കണ്ടവർക്കിതാ ഞാനൊന്നു കൂപ്പുന്നേൻ
ഇന്ദ്രനീലനിറത്തിലൊരായിരം
ചന്ദ്രമണ്ഡലമൊന്നിച്ചുദിക്കയോ?
കാരുണ്യാമൃതവന്മഴ പെയ്യുന്ന
കാളമേഘം നിറഞ്ഞങ്ങിരിക്കയോ?
ബ്രഹ്മാനന്ദമെന്നുള്ള പരമാർത്ഥം
ശ്യാമവർണ്ണത്തിൽ പ്രത്യക്ഷമാകയോ?
നാലുഭാഗത്തും നോക്കുന്ന നേരത്ത-
ന്നീലവർണപ്രപഞ്ചവുമന്നേരം
നിശ്വാസം കൂടിയില്ലാതെ കൃഷ്ണന്മാർ
വിശ്വനാഥനെ കണ്ടുസുഖിച്ചുതേ
പങ്കജാക്ഷനുമീതെ ഒരായിരം
വെൺകൊറ്റക്കുടതീർത്താനനന്തരം
മുഖ്യരത്നങ്ങളൊക്കെനിരക്കവെ
മകുടത്തിനു ശോഭയേകീടുന്നു
നവരത്നകിരീടം നിനയ്ക്കുമ്പോൾ
നവസൂര്യനു ലജ്ജ മുഴക്കുന്നു
ചന്ദ്രാദിത്യന്മാർതന്നെ തിരുമിഴി
നിർണ്ണയമതിന്നാധാരം കാണുന്നു
മുക്തിയിൽകൂടെ ശ്രദ്ധയില്ലാത്തൊരു
ഭക്തന്മാരിൽ കടാക്ഷം പതിക്കുമ്പോൾ
ഹസ്തപത്മങ്ങൾ കൂമ്പുന്നിതപ്പൊഴേ
ചിത്തപത്മങ്ങളൊക്കെ വിടരുന്നു
ചന്തമേറുന്ന പൂർണ്ണചന്ദ്രാങ്കന്നു
പൂനിലാവു പരക്കുന്നതുപോലെ
ദന്തപംക്തി പ്രകാശവും മോഹന-
മന്ദഹാസവിലാസവും കാണുന്നു
കനകാദ്രിയോടൊത്ത ശിഖരത്തിൻ
ശിഖരങ്ങളടർന്ന കണക്കിനെ
ഇരുഭാഗം ചുമലിലിഴഞ്ഞൊരു
പൂങ്കുഴൽ കണ്ടുവീണു വണങ്ങിനാർ
മണിത്തോളിന്നു തൃക്കൈവിരൽനഖം
അടിയോളം പ്രകാശിച്ചുകാണായി
നലമേറും തിരുമാറിടത്തിലെ
മാലാഗന്ധവും മേന്മേലെ കാണായി
താരകംതന്നെ മാലകളാകയോ
ഹാരമോതിരുമാറിൽ കിടപ്പത്?
വിശ്വരൂപമാം നാഭിസരോജത്തെ
നിത്യമായൊരുപോലെ വിടർത്തുവാൻ
സത്യമായൊരു ഭാസ്കരബിംബത്തെ
കൗസ്തുഭമെന്നുപേർ പറഞ്ഞീടുന്നു
തിരുമാറിൽ ധരിത്രിയിൽ മുമ്പുള്ള
മറുവും വലഭാഗത്തുകാണായി
എട്ടുദിക്കിലും കൈകൾ നിറഞ്ഞവ
എട്ടുകൈകൾ അന്നേരത്തു കാണായി.
കടകാംഗുലീയങ്ങൾ നിറഞ്ഞതി-
ലിടയിൽ ശ്യാമമേറെ ജ്വലിക്കുന്നു
ചതുർവ്വേദവും ഘോഷിച്ചുനാഭിയിൽ
ചതുരാനൻ താനങ്ങിരിപ്പതും
പൊന്മയമായ കാഞ്ചികൾ ചൂഴവും
പത്മരാഗമരതകശോഭയും
മിന്നൽപോലെയാപ്പീതാംബരങ്ങളും
പന്നഗേന്ദ്രന്റെ ധാവള്യസീമയും
ഇടകൂടിത്തിരുമേനികാന്തിയും
കൂടിയൊപ്പം പ്രകാശിച്ചുകണ്ടപ്പോൾ
പഞ്ചവർണ്ണത്തിൽ ചെന്നുലയിച്ചൊരു
പഞ്ചഭൂതങ്ങളോടെ വണങ്ങിനാർ
ഭക്തന്മാരുടെ ചിത്തമലർതന്നിൽ
അഞ്ജനമണിസ്തംഭം കണക്കിനെ
തുംഗകാന്തികലർന്നു വിളങ്ങീടും
ഭംഗിചേർന്ന കണങ്കഴൽ കാണായി
തുളസീദളം കൊണ്ടു നിറഞ്ഞുടൻ
വിലസീടും പുറവടി നൂപുരം

നിഷ്കളബ്രഹ്മവസ്തുസ്വരൂപമായ്
മുത്തുപോലെ നഖമണിശോഭയും
സകലത്തിന്നുമാധാരമായൊരു
സകളാകൃതിപൂണ്ട പുരുഷനെ
ധൂമം വേർപെട്ട പാവകനെപ്പോലെ
ശ്രീമത്കേശാദിപാദവും കാണായി
സരസീരുഹമങ്കയും ഭൂമിയും
ഇരുഭാഗമിരുന്നരുളീടുന്നു
അരികെത്തന്നെ നാരദമാമുനി
ഹരിഷാശ്രുപൊഴിഞ്ഞു ശിവ ശിവ!
പരബ്രഹ്മം കണ്ടഗ്രേവിളങ്ങുന്ന
പരബ്രഹ്മത്തെ സേവിച്ചുനില്ക്കുന്ന
തിരുവായുധമൂർത്തികളൊക്കെയും
ഇരുഭാഗമിരുന്നരുളീടുന്നു.
ശില്പമേറും വിമാനങ്ങളിൽച്ചെന്നു
മേല്ഭാഗത്തുനിറഞ്ഞു സുകൃതികൾ
പ്രളയംപോലെ വാരിപ്പൊഴിക്കുന്ന
തുളസീദളപുഷ്പവും കാണായി.
അതുനേരമൊരത്ഭുതം കണ്ടവ-
രതിവിസ്മയമെന്നേ പറയാവൂ.
ഉരഗാധിപമെത്തമേൽ കാണായി
ധരണീസുരബാലകന്മാരെയും
അംബുജമകൾതന്റെ മടിയിൽച്ചെ-
ന്നമ്മയെന്നു വിളിക്കുന്നതു ചിലർ
ഭൂമിദേവി എടുത്തൊരു ബാലനെ
ഓമനിച്ചുമുലകൊടുത്തീടുന്നു
സച്ചിദാനന്ദമൂർത്തിയെച്ചെന്നിട്ട-
ങ്ങച്ഛനെന്നു വിളിക്കുന്നിതു ചിലർ
തൃക്കൈകൊണ്ടു പതുക്കെ എടുക്കുമ്പോൾ
ബദ്ധാനന്ദമുറങ്ങുന്നിതു ചിലർ
നാരദമുനി ഭാവവിശേഷങ്ങൾ
നേരെനോക്കിച്ചിരിക്കുന്നിതു ചിലർ
അന്നേരംതന്നെ പോയൊരു ബാലനെ
അനന്തന്മേൽ വിശേഷിച്ചുകാണായി
“ഇതുകാൺക ധനഞ്ജയ നമ്മുടെ
പൃഥ്വീസുര ബാലകന്മാരെയും.”
യദുനാഥൻ പറഞ്ഞപ്പോളർജ്ജുനൻ
അതിഖേദമിയന്നു നിരൂപിച്ചാൻ
ഇവിടംവിട്ടുപോവാനെനിക്കൊരു
വഴിയായതിക്കണ്ടതു ദൈവമേ!
ബ്രഹ്മാനന്ദത്തെക്കാളുമധികമി
ക്കർമ്മമെന്നതു വന്നു ശിവ ശിവ!

എന്നീവണ്ണം നിരൂപിച്ചുമാനസേ
കണ്ണുനീരാൽ വഴിഞ്ഞങ്ങൊഴുകിയും
ഹരിഗോവിന്ദ! ഗോവിന്ദ, ഗോവിന്ദ!
പരിപാലയ പാലയ പാലയ!
പലജാതി ഇവണ്ണം സ്തുതിക്കയും
പരമാനന്ദരൂപത്തെ നോക്കിയും
മദ്ധ്യേ മദ്ധ്യേ നമസ്കരിച്ചും പിന്നെ
ഭക്തിയോടെ എഴുന്നേറ്റുകൂപ്പിയും
നരനാരായണന്മാരിരുവരെ
തൃക്കൺപാർത്തരുളീ ജഗന്നാഥനും.
തന്നെത്താൻ കണ്ടപോലെ മുകുന്ദന്മാർ
അന്യോന്യം തമ്മിൽ കണ്ടൊരുനേരത്ത്
സ്വാമിഭൃത്യന്മാരെന്ന കണക്കിനെ
പ്രേമവും ബഹുമാനവും ഭാവിച്ചു
പാദപത്മത്തിൽ വീണു നമിച്ചപ്പോ-
ളതിമോഹനമെന്നേ പറയാവൂ.
തൻപാദം കൂപ്പിനില്ക്കുന്നവരോടു
ഗാംഭീര്യാംബുധി താനുമരുൾ ചെയ്തു:-
“ഉണ്ണിക്കൃഷ്ണ! ധനഞ്ജയ! നിങ്ങൾക്കു
ദണ്ഡം കൂടാതെ നല്ല സുഖമല്ലീ?
അങ്ങു നമ്മുടെ നന്ദഗോപാദികൾ
പൃഥ്വിയും പരിപാലിച്ചിരിപ്പോരോ?
നിങ്ങളിപ്പോളിവിടെ വരുമെന്നു
മുന്നമിങ്ങറിഞ്ഞത്രേ ഇരുന്നു നാം
ബന്ധമോ പറയേണമെന്നില്ലല്ലോ
ഹന്ത! കണ്ടാലും വിപ്രകുമാരരെ
നിങ്ങളിങ്ങരികത്തുവരുവാനും
നിങ്ങടെ ധർമ്മബുദ്ധിയറിയാനും
ശുദ്ധനായൊരു വിപ്രന്റെ ബാലരെ
പത്തിനേയുമിടെ വരുത്തി ഞാൻ
ആമോദത്തോടെ കാൺക കിടാങ്ങളെ
ക്രമത്താലെ വയസ്സും വളർച്ചയും
നിങ്ങളെ അരികത്തിങ്ങു കാൺകയാൽ
കണ്ണിനാനന്ദം വന്നു നമുക്കിപ്പോൾ
ഇനിയൊട്ടുമേ കാലം കളയാതെ
അങ്ങുപോയാലും ഉണ്ണികളുമായി.”
എന്നീവണ്ണം പറഞ്ഞുകിടാങ്ങളോ-
“ടങ്ങുനിങ്ങടെ അച്ഛനുമമ്മയും
നിങ്ങളെച്ചൊല്ലി ദുഃഖിച്ചിരിക്കുന്നു
ഇങ്ങിവരൊത്തുപോവുക നിങ്ങളും.”
പെട്ടെന്നീവണ്ണം കേട്ടൊരു ബാലന്മാർ
പൊട്ടിപ്പൊട്ടിക്കരഞ്ഞിതെല്ലാവരും

കെ.ബി.ശ്രീദേവി

ഞങ്ങൾക്കച്ഛനുമമ്മയുമുണ്ടല്ലോ
ഞങ്ങൾ പോകയില്ലെന്നുമറിഞ്ഞാലും
കണ്ണിമയ്ക്കാതെ നാഥൻ മുഖംതന്നെ
നോക്കിനോക്കിക്കരയും കിടാങ്ങളെ
ആകുലം തീർത്തുമെല്ലെത്തഴുകിനാർ
ലോകമാതാക്കന്മാരുമതുനേരം
നിനയ്ക്കുന്തോറും പിന്നെയും പിന്നേയും
നിനച്ചേറ്റം തളർന്നിതുബാലന്മാർ
പോവാനേതും കൊതിയീല്ലവർക്കിന്നു
ആവതില്ലെന്റെ കൃഷ്ണാ നിരൂപിച്ചാൽ
അരുളപ്പാടുകേട്ടു മുകിൽവർണ്ണൻ
അരുൾചെയ്തുമനോഹരമാംവണ്ണം
"ഭയപ്പാടേതുമില്ലടിയത്തിന-
ങ്ങയച്ചാലവർ പോന്നിടും നിർണ്ണയം
കള്ളനെ കളവുള്ളതറിയാവൂ
ഉള്ളുകൊണ്ടു ചിരിച്ചാരിരുവരും
വിഷ്ണുരൂപത്തിലുള്ളൊരുമായയെ
കൃഷ്ണരൂപത്തിലാക്കിയരുൾചെയ്തു.
"പൊയ്ക്കോൾകെന്നത്" കേട്ടുകുമാരന്മാർ
കൃഷ്ണൻ കൈയിൽ മറിഞ്ഞുതുടങ്ങിനാർ
ഞങ്ങൾക്കച്ഛനുമമ്മയുമുണ്ടല്ലോ
ഞങ്ങളെക്കൂടെകൊണ്ടുപോയീടണം
നന്നുനന്നിങ്ങുപോരികെന്നും ചൊല്ലി
തന്നുടെ മണിത്തേരിൽ കരേറ്റിനാൻ
ആദിനാഥനിരുവരേയും നന്നാ-
യാശ്ലേഷിച്ചൊരുനേരത്തിരുവരും
ഇങ്ങുതന്നെ വരികെന്നരുൾചെയ്തു
അങ്ങിനെത്തന്നെയെന്നു തൊഴുതവർ
വേഗമോടെ കടന്നു മഹാപുര
ഗോപുരത്തിങ്കൽ വന്നു ജഗത്പതി
ഉള്ളലോകങ്ങളൊക്കെ മുഴങ്ങവെ
പള്ളിശ്ശംഖും വിളിപ്പിച്ചു തേർമേലെ-
പണ്ടത്തേക്കാളധികമുഴറ്റോടെ
കൊണ്ടുപോന്നു ധരിത്രിയിലമ്പോടു
പൃഥ്വീദേവഭവനമടുക്കെവ-
ന്നെത്ര ചിത്രമിറങ്ങീ മണിത്തേരും
"പാർത്ഥ നീയിനി വൈകാതെ ചെന്നുടൻ
പൃഥ്വീദേവനെയിങ്ങുവരുത്തുക"
"കൃപയുണ്ടടിയത്തിലെന്നാകിലി-
ന്നിതിന്നാളു ഞാനല്ല ഭഗവാനെ!
മുമ്പിൽച്ചൊന്ന കൊടുംക്രൂരവാക്കുക-
ളിന്നുമുണ്ടെൻ ചെവിയിൽ മുഴങ്ങുന്നു
നിന്തിരുവടിയങ്ങെഴുന്നള്ളിയാൽ
ഹന്ത! പിന്നാലെ കൂടെ വിടകൊള്ളാം."
"മുന്നം ചെയ്ത പ്രതിജ്ഞകളോർക്കെടോ
പാണ്ഡുനന്ദനാ" എന്നരുൾചെയ്തപ്പോൾ
'ക്ഷമിക്കേണമെൻതമ്പുരാനെ'യെന്ന-
ങ്ങമരേന്ദ്രതനയനുമോതിനാൻ
അന്നേരംതന്നെ പത്നിയും താനുമായ്
ഖിന്നതപൂണ്ടിരിക്കുന്ന വിപ്രനും
അർജ്ജുനന്റെ വരവങ്ങു കണ്ടപ്പോൾ
അറ്റംകൂടാതെ ദുഃഖിച്ചുചൊല്ലിനാൻ
"എന്തുപോന്നു ധനഞ്ജയാ ചൊല്ലുനീ
ഇനിയേതാനുമുണ്ടോ മനസ്സിങ്കൽ
കപടത്തിന്നു മുമ്പു വിളിപ്പിച്ച
കൃപയില്ലാത്ത കൃഷ്ണനെവിടത്തു?
പത്തുബാലമരണത്തെ കേട്ടിട്ടും
തൃപ്തിവാരാഞ്ഞു ദുഃഖിച്ചിരിക്കയോ?
അതുകേട്ടു പറഞ്ഞു വിജയനും
"അടുക്കെത്തന്നെയുണ്ട് കൃപാനിധി
ഏഴുരണ്ടു ഭുവനമുടയവൻ
എഴുന്നള്ളി വിരവോടെ നില്ക്കുന്നു"
"ക്ഷമിക്കെന്റെ ഭഗവാനെവിടത്തു
ഭ്രമംകൊണ്ടുപറഞ്ഞുഞാനർജ്ജുനാ!
പിഴവാക്കുകൾ ചിത്തത്തിലോർക്കൊല്ലാ
ഭഗവാനേ പരംപുരുഷാ" എന്നു
ഭക്തിപൂണ്ടു നടന്നുനടന്നുടൻ
എത്തുന്നീലാ ധരണീ സുരേന്ദ്രനും
കൃഷ്ണ! കൃഷ്ണ! നമസ്തേയെന്നിങ്ങിനെ
പത്നികൂടെ പുറപ്പെട്ടുപിന്നാലെ
മഴകൊണ്ടൽനേർവർണ്ണനെ കണ്ടപ്പോൾ
മഴപെയ്യുന്നു കണ്ണുനീർകൊണ്ടവർ
അരുളിച്ചെയ്യാൻ ഭാവിക്കുംനേരത്ത-
ങ്ങിടനെഞ്ഞുവിറയ്ക്കുനാഥനും
അകമൊക്കെയും കോൾമയിർകൊള്ളുന്നു
കണ്ടുനില്ക്കുന്ന ദിവ്യജനങ്ങൾക്കും
അതുകണ്ടു ധനഞ്ജയനേതുമേ
വശമില്ലാതെനിന്നുപോയനേരം
അന്നേരത്തഖിലേശ്വരനക്കാലം
തന്നെ കാണാത്തൊരുണ്ണിക്കിടാവിനെ
അർജ്ജുനന്റെ കരത്തിൽ വച്ചങ്ങോട്ടു
അച്ഛന്റെ കൈയിൽ നല്കെന്നുചൊല്ലിനാൻ
തിണ്ണമുള്ളൊരു ഭക്തിമുഴുക്കയാൽ
കണ്ണുകാണാതെ നില്ക്കുന്ന വിപ്രനും

ഉണ്ണിയെ കണ്ടിട്ടെന്തൊരു ബാലനെ-
ന്നങ്ങെയുണ്ണിയെന്നന്നേരം ഫല്ഗുനൻ
അയ്യയ്യോ കൃഷ്ണാ! കൃഷ്ണയെന്നിങ്ങനെ
കൈയിൽമേടിച്ചുമാറത്തണച്ചതേ
"പ്രാണനോടെയൊരുണ്ണിയെ ഞാനിപ്പോൾ
മോദമോടെ തഴുകുന്നു ഫൽഗുനാ"
അപ്പൊഴേകൂടി മറ്റൊരു ബാലനെ
ചിത്പ്പുമാനെടുത്തങ്ങു കൊടുക്കുന്നു
അതുകണ്ടതിസൗഖ്യമിതെന്തെന്നു
മതിവിഭ്രമം പൂണ്ടു മഹീസുരൻ
പുത്രന്മാരിവിടേയ്ക്കു മരിച്ചവർ
പത്തുംതൃക്കൈയിലുണ്ടെന്നു ഫല്ഗുനൻ
കൃഷ്ണൻ നമ്മെയനുഗ്രഹിച്ചാനെന്നു
പത്നി കൈയിൽ കൊടുത്തു കിടാവിനെ
പേർത്തും പേർത്തും പുണർന്നും തഴുകിയും
ബദ്ധമോദം മുലകൊടുത്തീടുന്നു
തൃക്കൈയെന്നു ധനഞ്ജയൻ വാങ്ങിയു-
മക്കയ്യീന്നു മഹീസുരൻ വാങ്ങിയും
പത്നിവാങ്ങി മുലകൊടുത്തും ചിലർ
തൃപ്തിപോരാഞ്ഞുനോക്കിക്കരകയും
പത്തുദിക്കിലുമിത്രസുകൃതികൾ
പൃഥ്വീദേവനെപ്പോലെയില്ലാരുമേ
പത്തുബാലരെക്കൂടെയൊരുമിച്ചു
ഭക്തവത്സലൻ നല്കിയതാർക്കുള്ളൂ?

ഈശ്വരായെന്നു പാണ്ഡവൻ തന്നെയ-
ങ്ങാശീർവ്വാദങ്ങൾ ചെയ്തുമഹീസുരൻ.

"നല്ലവണ്ണം വരിക ധനഞ്ജയ
ഇല്ലനിന്നോടുതുല്യമൊരുത്തനും
നല്ലതും നീ തുടങ്ങുന്നതൊക്കെയും
നല്ലതായിട്ടുതീരും നിനക്കെടോ
വില്ലെടുത്തതിൽ മുമ്പനെന്നുള്ളൊരു
ചൊല്ലും വിശ്വം മുടിവോളമുണ്ടുകേൾ
പാഹി പാഹി പരം പുരുഷോത്തമ
ദേഹി ദേഹി ദയാലവമിന്നിയും
ഘോരഘോരമാംസംസാരചക്രത്തിൽ
മാഴ്കി മാഴ്കി മറുകാതെ ഞാനിനി
ജ്ഞാനജ്ഞാനമരൂപമാം നിന്നുടെ
പാദത്തോടണയേണമേ ദൈവമേ!
എന്നീവണ്ണം സ്തുതിച്ചു പലവഴി
പുണ്യവാരിധി വിപ്രനും പത്നിയും
അന്നേരമരുൾചെയ്തു കടൽവർണ്ണൻ
മന്ദമെന്നീയകത്തങ്ങുപോയാലും
നന്ദനന്മാരും കൂടിയൊരുമിച്ചു
പുണ്യപുണ്യമനുഭവിച്ചീടുക"
എന്നനുജ്ഞയും വാങ്ങി വിരവോടെ
തന്നുടെ സദനം തന്നിൽ മേവിനാർ

●

www.ingramcontent.com/pod-product-compliance
Lightning Source LLC
LaVergne TN
LVHW041543070526
838199LV00046B/1817
* 9 7 8 9 3 8 0 8 8 4 0 9 7 *